மந்திரச்சாவி

நாகூர் ரூமி

சிக்ஸ்த்சென்ஸ் பப்ளிகேஷன்ஸ்
10/2 (8/2) போலீஸ் குவார்ட்டர்ஸ் சாலை
(தியாகராயநகர் பேருந்து நிலையத்திற்கும் காவல் நிலையத்திற்கும் இடைப்பட்ட சாலை)
தியாகராயநகர், சென்னை – 600 017
Phone: 2434 2771, 65279654 Cell: **72**000 **5**007**3**
Sixthsense Publications 6 th sense_karthi
e-mail : sixthsensepub@yahoo.com
Website: sixthsensepublications.com

Publisher
K.S. Pugalendi

Managing Editor
P. Karthikeyan

Layout
M.Magesh

Title:
Manthirachavi
Author:
Nagore Rumi

Address:
Sixthsense Publications
10/2(8/2) Police Quarters Road,
(Between Thiyagaraya Nagar Bus Stop & Police Station)
Thiyagaraya Nagar, Chennai - 17
Phone: 2434 2771, 2986 0070
Cell: **72000 50073**

Sixthsense Publications
6 th sense_karthi
e-mail : sixthsensepub@yahoo.com
Website: www.sixthsensepublications.com

Edition:
First   : **October, 2016**
Second : **August, 2017**
Third   : **October, 2018**
Fourth : **January, 2022**

Pages   : 120
Price   : ₹177
© Nagore rumi

தலைப்பு	:	மந்திரச்சாவி
நூலாசிரியர்	:	நாகூர் ரூமி
பக்கங்கள்	:	120
விலை	:	**ரூ.177**
உரிமை	:	நாகூர் ரூமி

முதற்பதிப்பு   : அக்டோபர், 2016
இரண்டாவது பதிப்பு : ஆகஸ்ட், 2017
மூன்றாவது பதிப்பு   : அக்டோபர், 2018
நான்காவது பதிப்பு   : ஜனவரி, 2022

No part of this book may be
reproduced or transmitted in any
form without permission in writing
from the author or publisher

F331

நீங்கள் Smart Phone உபயோகிப்பவராக
இருந்தால் QR Code Reader Application மூலம்
இதை Scan செய்தால் நேரடியாக எமது
இணையதளத்திற்கு சென்று மேலும் எங்கள்
வெளியீடுகள் பற்றிய விவரங்களைப் பெறலாம்.

A4 ISBN : 978-93-83067-99-2

சிக்ஸ்த்சென்ஸ் பப்ளிகேஷன்ஸ்
10/2 (8/2) போலீஸ் குவார்ட்டர்ஸ் சாலை,
(தியாகராயநகர் பேருந்து நிலையத்திற்கும் காவல்
நிலையத்திற்கும் இடைப்பட்ட சாலை)
தியாகராயநகர், சென்னை – 600 017
தொலைபேசி : 2434 2771, 2986 0070
கைபேசி : **72000 50073**
மின்னஞ்சல்: **sixthsensepub@yahoo.com**

இந்தப் புத்தகத்திலுள்ள எந்த ஒரு பகுதியையும்
பதிப்பாளர் மற்றும் எழுத்தாளர் அனுமதியை
எழுத்து மூலம் பெறாமல் பதிப்பிக்கக் கூடாது.

பதிப்புரை

நம் தேசத்தில் எண்ணற்ற மகான்கள் தோன்றியிருக்கிறார்கள். உணர்ச்சிகளை வென்று அவர்கள் உன்னத நிலையை எட்டி யிருக்கிறார்கள். அதனால் அவர்களை உணர்ச்சியற்ற ஜடங்கள் என்று நினைத்துவிடக்கூடாது. அவர்களிடமும் உணர்ச்சி இருந்தது. ஆனால் அவர்கள் உணர்ச்சிக்கு அடிமையாவில்லை.

உணர்ச்சியைக் காட்டுவது வேறு, உணர்ச்சிக்கு அடிமையாகி உணர்ச்சிவசப்படுவது வேறு. அவசியம் கருதி உணர்ச்சியைக் காட்டலாம். ஆனால் உணர்ச்சிவசப்படக் கூடாது. உணர்ச்சியைக் காட்டும்போது அது நமது கட்டுப்பாட்டுக்குள் இருக்கிறது. உணர்ச்சிவசப்படும்போது நாம் உணர்ச்சியின் கட்டுப்பாட்டில் இருக்கிறோம். உணர்ச்சிவசப்படாமல் உணர்ச்சியைக் காட்டுவதுதான் இமோஷனல் இண்டலிஜென்ஸ். அதாவது உணர்ச்சியோடு அறிவைக் கலப்பது.

அதற்கு நாம் என்ன செய்யவேண்டும். ரிலாக்ஸ் செய்துகொள்ள வேண்டும். கடந்த காலத்தைப் பற்றிய கவலையும், எதிர்காலத்தைப் பற்றிய அச்சமும் இல்லாமல், நிகழ் காலத்தில் நம்மை நிறுத்தி, நம் மனதுக்கு சந்தோஷம் கொடுக்கும் எதுவுமே நம்மை ரிலாக்ஸ் செய்யும். ஒரு மனிதனுடைய வெற்றிக்கு வழி அதுதான். ஒரு மனிதனுடைய உடல் ஆரோக்கியத்துக்கான வழியும் அதுதான். ரிலாக்சேஷனுக்கு நேர் எதிரானது டென்ஷன். எப்படி வாழவேண்டும் என்று தெரிந்து கொள்வதைவிட முக்கியமானது எப்படி வாழக்கூடாது என்று தெரிந்துகொள்வது.

ஆனால் அதற்கு நாம் முயல்வதே இல்லை. முதலில் நம்மை நாமே எதிர்கொள்ள, நம்மைப்பற்றித் தெரிந்துகொள்வதற்கே நாம் பயப்படுகிறோம். எப்போதுமே நாம் நம்மை மறக்கவே விரும்புகிறோம். அதனால் பலனில்லை என்பதை உணரவேண்டும். உங்கள் ஆசைகளையெல்லாம் நிறைவேற்றப் போவதும் நீங்கள்தான். அவை நிறைவேறாது தடுத்துக் கொண்டிருப்பதும் நீங்கள்தான். உங்கள் பிரச்சனைகளைத் தீர்க்கப்போவதும் நீங்கள்தான். தீர்க்கமுடியாமல் செய்யப் போவதும் நீங்கள்தான்.

நீங்கள் உங்களை உணர்ந்துகொண்டு உங்கள் வாழ்க்கையை எப்படி அமைத்துக்கொள்ள வேண்டும் என்பதைக் கற்றுத் தரும் மந்திரச்சாவி இந்தப் புத்தகம்.

- பதிப்பகத்தார்

பொருளடக்கம்

1. மந்திரச்சாவி 05
2. மூச்சைச் சுவைத்துப் பாருங்கள் 12
3. அதுதான் நாம் 18
4. மூச்சில் மலருங்கள் 24
5. ராஜ்ஜியம் தரும் ராமனின் ரிலாக்சேஷன் 30
6. ரிலாக்ஸ் ஆவது எப்படி 36
7. பூப்பறிக்கக் கோடரி எதற்கு 42
8. ரிலாக்சேஷன் எனும் வெளிச்சம் 48
9. கற்பனை என்பது அழகான லைலா 54
10. கற்பனை போதும் ஜெயிக்க 60
11. கான்சன்ட்ரேஷனை சொதப்புவது எப்படி? 66
12. பறவையின் கண்மட்டுமே தெரிகிறது 72
13. வாலுன்டரி கான்சன்ட்ரேஷன் 79
14. உடும்புப் பிடி 85
15. காட்சி வழிச்சிந்தனை 92
16. அவமான ஏணி 98
17. தலையா இதயமா 104
18. இதோ சாவி உங்கள் கையில் 110

1

மந்திரச் சாவி

நம்மை நாமே எதிர்கொள்ள, நம்மைப்பற்றித் தெரிந்துகொள்ள நாம் பயப்படுகிறோம். எப்போதுமே நாம் நம்மை மறக்கவே விரும்புகிறோம்.

"டேய், என்னடா பண்ணிட்ருக்கே?"

"ஷ்...டிஸ்டர்ப் பண்ணாதே, நா தியானம் பண்ணிட்டிருக்கேன்"

பதில் சொன்னது சிறுநீர் கழித்துக் கொண்டிருந்த ஒரு சிறுவன்!

இது நடந்தது நான் போய்க்கொண்டிருந்த தெருவில். ஆச்சரியம் விரிய, அந்தச் சிறுவன் யார் என்று திரும்பிப் பார்த்தேன். காரியத்தை முடித்துவிட்டு அரைக்கால் சட்டையின் பித்தான்களை அல்லது ஜிப்பை மாட்டிக்கொண்டிருந்த அவனுக்குப் பத்துப் பன்னிரண்டு வயதுதான் இருக்கும். அவனை எனக்குத் தெரியும். எனக்குத் தெரிந்த ஒருவரின் மகன்தான். ஓஷோவை தனது குருக்களில் ஒருவராக ஏற்றுக்கொண்ட அவர் ஒரு வித்தியாசமான பணக்காரர். தோட்டத்தோடு உருவாக்கப்பட்ட தனது வீட்டில், தோட்டத்தின் முடிவில் வட்டவடிவமாக தியான மண்டபம் ஒன்று கட்டிவைத்திருப்பவர். என்னைக்கூட ஒரு முறை அழைத்துச்சென்று காட்டியிருக்கிறார். வட்டத்துக்குப் பிறந்தது சதுரமாகுமா என்ன?

மகத்தான ஒரு உண்மையை அச்சிறுவன் சர்வ சாதாரணமாகச் சொல்லிவிட்டான். சூஃபியிஸம், ஜென் போன்ற ஆன்மிகப் பாதைகள் எல்லாம் எதை விளக்கிச் சொல்லக் கஷ்டப்பட்டுக்கொண்டிருக்கின்றனவோ அதை, சர்வ சாதாரணமாக, அதுவும் சிறுநீர் கழித்துக் கொண்டே சொல்லிவிட்டான் அந்தச் சிறுவன்.

தியானம் என்றால் என்ன என்ற கேள்விக்கான பதில் அது. புரிந்து அவன் அதைச் சொல்லியிருக்க முடியாது. பலமுறை கேட்டதைத்தான் திரும்பச் சொல்லியிருக்க வேண்டும். ஆனால் அது கடவுளின் குரலைப் போல எனக்கு ஒலித்தது. ஓஷோ சொன்ன கதை ஒன்று ஞாபகம் வந்தது. இரண்டு சீடர்கள் பேசிக்கொள்கிறார்கள்.

"ஏன் ஒரு மாதிரியா இருக்கே?"

"இல்ல, இன்னிக்கு குருவிடத்தில ஒன்னு கேட்டேன், அவர் அனுமதி தரல"

"என்ன கேட்டே?"

"தியானம் பண்ணும்போது சிகரட் குடிக்கலாமான்னு கேட்டேன்"

"அதுக்கு அவர் என்ன சொன்னார்?"

"இவ்வளவு முட்டாள்தனமாக் கேள்வி கேட்கும் நீ என் சீடனா இருக்கவே தகுதி இல்லைன்னுட்டார்".

அந்தப் பதிலைக் கேட்ட சீடர் சிரித்துக்கொண்டே ஒரு சிகரட்டைப் பற்றவைத்தார். அது பார்த்து அதிர்ந்துபோன இன்னொருவர், "நா இவ்வளவு சொல்லிட்டிருக்கேன், நீ உடனே சிகரட் பிடிக்கிறியே! குருநாதர் பார்த்தா என்னாகும் தெரியுமா?"

"ஒன்னும் ஆகாது. நா அவர் கிட்ட அனுமதி வாங்கிட்டேன்"

"எப்டி?"

"நீ கேட்ட அதே கேள்வியைத்தான் நானும் கேட்டேன். ஆனா கொஞ்சம் வேற மாதிரி."

"எப்டி?"

"சிகரட் குடிக்கும்போது தியானம் செய்யலாமான்னு கேட்டேன்" என்றார்.

அந்த ஓஷோ கதையின் இன்னொரு சீடன்தான் இப்போது பிறவியெடுத்து சிறுநீர் கழித்துக் கொண்டே ஞானம் தெளித்தானோ என்றுகூடத் தோன்றுகிறது.

பீடிகை போதுமா? விஷயத்துக்கு வரலாமா? ஆமாம். நீங்கள் நினைப்பது சரிதான். நான் அதைப் பற்றித்தான் இத்தொடரில் பேச இருக்கிறேன். ஆனால் தகுதி இல்லாதவர்களிடம் அந்த மந்திரச் சாவியை நான் தர முடியாது. தகுதி என்பது என்ன? புரிந்துகொள்வதுதான்.

சரி, இப்போது விஷயத்துக்கு வருவோம்.

தியானம் செய்வதும் சிறுநீர் கழிப்பதும் ஒன்றா என்று கேட்டால். அதற்கான பதில்:

ஆமாம், ஆனால் இல்லை!

பல பேருக்கு இல்லை. சில பேருக்கு ஆமாம். பெரும்பான்மை யினருக்கு இல்லை. சிறுபான்மையினருக்கு ஆமாம். நாம் எந்த லிஸ்ட்டில் இருக்கிறோம் என்பதைப் பொறுத்துப் பதில் மாறும்.

மனிதர்களை என்னை வணங்குவதற்காகவே படைத்திருக்கிறேன் என்றொரு கருத்தைச் சொல்லும் வசனம் ஒன்று திருக்குரானில் உள்ளது (அத்தியாயம் 51: வசனம் 56). ஆனால் மனிதர்கள் அனைவரும் இறைவனை சதாசர்வ காலமும் வணங்கிக்கொண்டா இருக்கிறார்கள்? கோயிலோ, தேவாலயமோ, பள்ளிவாசலோ எதுவாக இருந்தாலும் குறிப்பிட்ட நாள்களில் அல்லது குறிப்பிட்ட நேரங்களில் மட்டும்தானே மனிதர்கள் இறைவனை வணங்கச் செல்கின்றார்கள்? இதுதானே நிஜம்? அப்படியானால் இந்த வசனத்தின் பொருள் என்ன?

இறைவணக்கம் என்ற காரியத்தை மனிதன் குறிப்பிட்ட காலத்தில் நிறைவேற்றினாலும், அவன் செய்யும் எந்தக் காரியமும், வணக்கமாக மாறும் பரிமாணம் கொண்டதுதான். செய்ய வேண்டிய முறைப்படி ஒரு காரியத்தைச் செய்தால் அந்தக் காரியம் ஒரு வணக்கம்தான். எல்லாச் செயல்களும் இறைவணக்கமாக மாறும் சாத்தியம் உள்ளது என்பதைத்தான் அந்த வசனம் சுட்டுகிறது.

தியானமும் அப்படித்தான். தியானம் என்ற ஒன்றைத் தனியாகச் செய்யலாம். செய்யும் எல்லாக் காரியங்களையும் தியானமாக மாற்றலாம். நம்முடைய அசைவுகள்கூட ஒரு தியான நிலைக்குச் சென்றுவிட்டால், எல்லாப் பொக்கிஷங்களையும் திறக்கும் மந்திரச்சாவியாக அது மாறிவிடும்.

சரி, நமக்கு இந்த வாழ்க்கையில் என்ன வேண்டும்?

இந்தக் கேள்விக்குப் பதிலாக பல நாவல்கள் எழுத வேண்டி வரும். அவ்வளவு இருக்கிறது. தசரதனுக்கு அறுபதினாயிரம் மனைவிகள் என்று சொல்லப்பட்டது. அதுபற்றி நான் யோசித்தேன். ஒரு மனிதனுக்கு அத்தனை மனைவிகள் இருக்க முடியுமா? பிறகுதான் தெரிந்தது அறுபதினாயிரம் என்பது 'பல' என்பதைக் குறிக்கும் ஒரு மரபுத்தொடர் என்று. (அந்த மரபு இன்னும் தொடர்ந்துகொண்டுதான் இருக்கிறது என்பது வேறு விஷயம்). நாலுபேர் என்ன நினைத்துக்கொள்வார்கள் என்பது மாதிரியானது அது. நாலுபேர் என்றால் நாலுபேரா என்ன? நம்முடைய ஆசைகளுக்கும் பிரச்சனைகளுக்கும் கணக்கு உண்டா? மனிதன் என்றாலே அறுபதினாயிரம் ஆசைகளும் அறுபதினாயிரம் பிரச்சனைகளும் இருக்கத்தான் செய்கின்றன. தசரதனுக்குப் பல பிரச்சனைகள் இருந்தன

என்பதைத்தான் அவனுக்கு அறுபதினாயிரம் மனைவிகள் இருந்ததாகச் சொல்கிறார்களோ?!

எல்லாவற்றையும் ஒரே அடியில் வீழ்த்த முடியுமா? அதாவது, ஒரு காரியம் செய்ய வேண்டும், அதைச் செய்தால் நம் ஆசை எதுவானாலும் அது நிறைவேறும். நம் பிரச்சனை எதுவானாலும் அது தீரும். இது சாத்தியமா?

சாத்தியம்தான் என்று நான் சொன்னால் நம்புவீர்களா? உங்களை நம்பாமல் தடுப்பது எது? யோசித்தீர்களானால் புரியும். சரி ஒரு க்ளூ தருகிறேன்.

நாம் அனைவரும் தொலைக்காட்சி பார்க்கிறோம். பார்க்கிறோம் என்ன, படுக்கையில் கிடக்கும் உருளைக்கிழங்குகளாக கௌச் பொடேடோ பார்த்துக்கொண்டே இருக்கிறோம். நாம் ஏன் சீரியல்களில் சீரியஸாக இருக்கிறோம் என்று என்றாவது யோசித்ததுண்டா? சீரியல்கள் நம்மை ஆட்கொள்கின்றன, அந்தக் கதை நமக்குப் பிடிக்கிறது, அதில் நடிப்பவர்கள் நம் குடும்பத்து உறுப்பினர்கள்போல் ஆகிறார்கள் என்பதெல்லாம் அதற்குக் காரணமல்ல. நம்மை நாமே எதிர்கொள்ள, நம்மைப்பற்றித் தெரிந்துகொள்ள நாம் பயப்படுகிறோம். எப்போதுமே நாம் நம்மை மறக்கவே விரும்புகிறோம். சீரியல்கள் அதற்கு உதவுகின்றன. அதுதான் காரணம். உங்களைப் பற்றி நீங்கள் தெரிந்துகொள்ளாவிட்டால், உங்கள் ஆசைகளை யார் நிறைவேற்றுவார்கள்? உங்கள் பிரச்சனைகளை யார் தீர்ப்பார்கள்?

உங்கள் ஆசைகளை நிறைவேற்றுவதும் நீங்கள்தான். நிறைவேறாமல் தடுத்துக் கொண்டிருப்பதும் நீங்கள்தான். உங்கள் பிரச்சனைகளைத் தீர்க்கப்போவதும் நீங்கள்தான். தீர்க்கமுடியாமல் ஆக்குவதும் நீங்கள்தான். எப்படி என்கிறீர்களா? அதற்கு, உண்மையிலேயே நீங்கள் யார் என்று தெரிந்துகொள்ள வேண்டும்?

அதற்கு வழிகாட்டுவதுதான் தியானம்.

▼

2

மூச்சைச் சுவைத்துப் பாருங்கள்

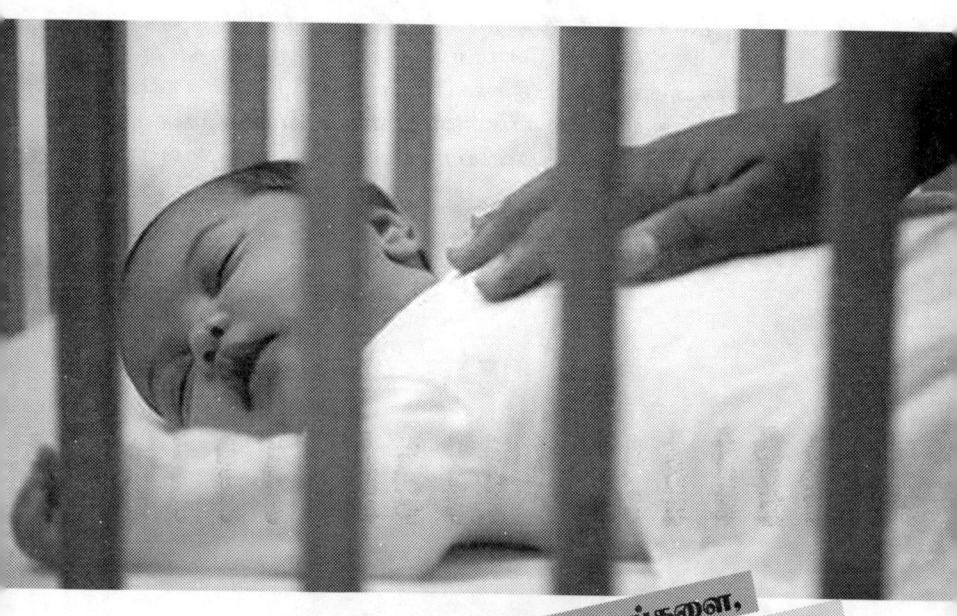

பல அறியப்படாத ரகசியங்களை, பொக்கிஷங்களையெல்லாம் இறைவன் மூச்சுக்குள் மறைத்து வைத்துள்ளான்!

என் பள்ளிப்பருவ நண்பன் ஒருவனின் தந்தை இறந்துபோனார். அவரை அடக்கம் செய்து கொண்டிருந்தார்கள். அப்போது என் நண்பன் என் காதில் வந்து, "எங்க வாப்பா, மூச்சு வுட மறந்துட்டார்கள்" என்றான். அப்போதும் நாங்கள் பள்ளிச் சிறுவர்கள்தான். உயர்நிலைப் பள்ளியில் படித்துக் கொண்டிருந்ததாக ஞாபகம். எனக்குக் கடுமையான கோபம் வந்தது. அவனை அங்கேயே ஓங்கி அறையலாமா என்று நினைத்தேன். ஒரு தந்தையைப் பற்றி ஒரு மகனால் எப்படி அந்த நேரத்தில் அப்படிக் கூறமுடியும் என்று எனக்கு விளங்கவே இல்லை. இதற்கு உளவியலாளர்கள்தான் பதில் சொல்ல வேண்டும்.

மூச்சு விடுவதற்கு ஒருவர் உண்மையிலேயே மறந்துபோக முடியுமா? இந்தக் கேள்வியைப் பற்றி நான் தீவிரமாக சிந்தித்த காலத்தில் என் நண்பன் சொன்னதுதான் ஞாபகம் வந்தது. அவன் தந்தை மட்டுமல்ல, இந்த உலகத்தில் உள்ள எந்த மனிதராலும் மூச்சுவிட மறந்து போகவே முடியாது. ஏன்? ஏனென்றால், நாம் யாருமே மூச்சு விடுவதே இல்லை! இது என்ன புதுக்குழப்பம் என்கிறீர்களா?

ஒருமுறை திருக்குறள் முனுசாமி பேசும்போது சொன்னார். "நேத்து எனக்குத் தூக்கமே வரலேன்னு ஒருத்தன் சொன்னான். நா கேட்டேன். எத்தனை மணிக்கு வரேன்னு சொன்னிச்சுன்னு". கூட்டம் சிரித்தது. அவர் பேச்சு எப்போதுமே சிரிக்க வைத்து

சிந்தனையைத் தூண்டுவதாகத்தான் இருக்கும். உண்மைதான். நாம் எங்கே தூங்குகிறோம்? தூக்கம் அதுவாக நம்மை ஒரு கணத்தில் வந்தடைகிறது. தூக்கம் வரவில்லை, வரவில்லை என்று புலம்பிக்கொண்டே இருப்போம். ஆனால் தூக்கம் வந்துவிடும் கணத்தில் நமக்குப் பிரக்ஞை இருப்பதில்லை! இதுதானே உண்மை? தூக்கம் என்பது நாம் நிகழ்த்துவது அல்ல. தானாகவே நிகழ்வது அது.

இப்போது நெஞ்சில் கை வைத்துச் சொல்லுங்கள், நீங்கள் மூச்சு விடுகிறீர்களா அல்லது மூச்சு அதுவாக உள்ளே போய் வெளியே வந்து கொண்டிருக்கிறதா? இரண்டாவதுதானே? அப்படியானால் 'நான் மூச்சு விடுகிறேன்' என்று சொல்வது பொய்தானே? செய்ய வேண்டிய ஒன்றைத்தான் நாம் மறந்துபோக முடியும். செய்யாத ஒன்றை எப்படி மறக்க முடியும்?!

ஆனால் மூச்சைப் பொறுத்தவரை தூக்கத்துக்கு இல்லாத ஒரு தன்மை அதற்கு இருக்கிறது. அது தானாகவே வந்துகொண்டும் போய்க்கொண்டும் இருக்கும். நாம் விரும்பினால் நாமாகவே நமது கட்டுப்பாட்டுக்குள் கொண்டுவந்து வைத்தும் விடலாம். அது involuntaryயாகவும், அதேசமயம் voluntaryயாகவும் இருக்கிறது. சரி, இதெல்லாம் ஏன் சொல்கிறேன்? காரணம் இருக்கிறது, இல்லாமலா சொல்வேன்?

மூச்சைக் கட்டுப்படுத்தினால், நமது உடல் நமக்குக் கட்டுப்படும். நமது வாழ்க்கை நமக்குக் கட்டுப்படும். நமக்கு வெளியில் உள்ள வாழ்க்கையும் நமக்குக் கட்டுப்படும். அதாவது, நமக்குச் சாதகமாகக் காரியங்கள் நடக்க ஆரம்பிக்கும். நமது குணம் மாறும். நமது ஆசைகள் நிறைவேறும். நமது பிரச்சனைகள், நோய்கள் எல்லாம் தீரும். இன்னும் பல அறியப்படாத ரகசியங்களை, பொக்கிஷங்களையெல்லாம் இறைவன் மூச்சுக்குள் மறைத்து வைத்துள்ளான்!

நம்பிக்கை வரவில்லையா? வேண்டாம். நம்பவே வேண்டாம். நான் நான் சொல்லப் போகும் எதையும் யாரும் நம்பத் தேவையில்லை. ஆனால் நான் சொல்வதை செய்து பார்த்தால் போதும். நான் சொல்வது உண்மைதான் என்று உங்கள் அனுபவத்திலேயே புரியும். வேறு வார்த்தைகளில் சொன்னால், உங்களுக்கு நான் சொன்ன விஷயம் பற்றிய ஞானம் வந்துவிடும்! உங்களுக்கு நன்றாகத் தெரிந்த ஒன்றை நீங்கள் நம்ப வேண்டிய அவசியமிருக்காது! ஏனெனில் நம்பிக்கை என்பதே நேரடி அனுபவம் இல்லாதபோது, ஒரு வசதிக்காக மனிதன் வைத்துக்கொள்வதுதான். ஒருவகையில் அது இரண்டாம் பட்சமானதுதான்.

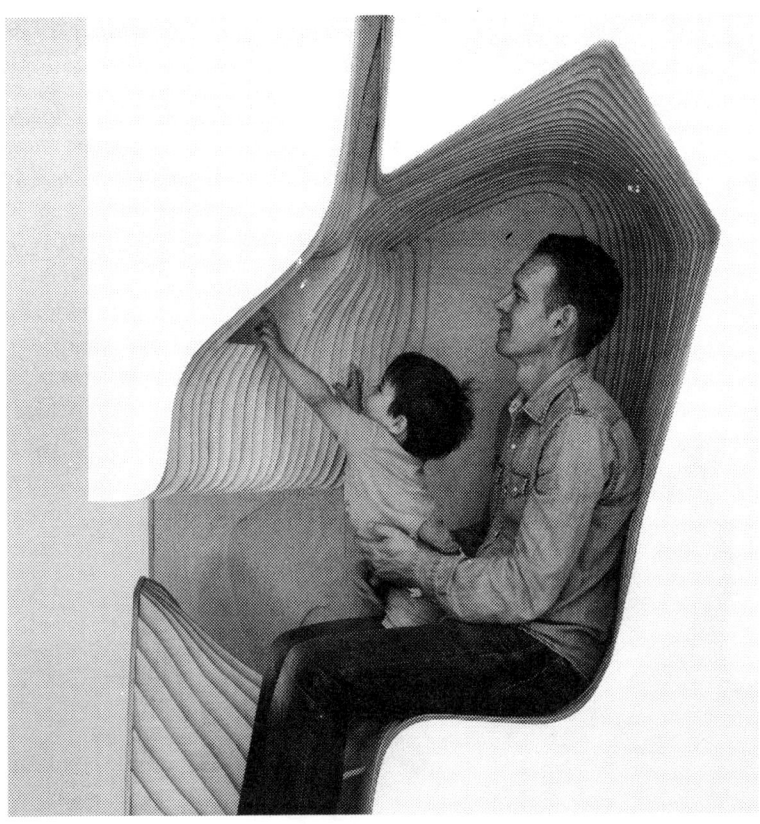

லட்டு என்ற ஒரு பண்டம் இனிப்பானது என்று வாயில் போட்டுப் பார்த்துத் தெரிந்துகொண்ட பிறகு, ஆமாம், அது இனிப்பாகத்தான் இருக்க வேண்டும் என்ற நம்பிக்கை இருக்குமா நமக்கு, அல்லது அது இனிப்புப் பண்டம்தான் என்று தெரியுமா? நான் சொல்லப்போவதும் அப்படித்தான். நான் கொடுக்கும் லட்டை சுவைத்துப் பாருங்கள். உங்கள் நாக்குக்கு அதன் சுவை தெரிந்துவிடும். சரியா?

பத்து பேரில் ஒன்பதே முக்கால் பேருக்கு மூச்சு அதுவாகவே போய்க்கொண்டும் வந்துகொண்டும்தான் இருக்கிறது. கணக்கில் வைக்க முடியாத அளவுக்குக் குறைவான எண்ணிக்கை கொண்ட மனிதர்கள் மட்டும்தான் மூச்சை அடக்கியாண்டு மகான்களானார்கள். இந்த உலகில் வந்த மகான்களை எண்ணிவிடலாம். அதிகமில்லை. ஒரு இயேசு, ஒரு புத்தர், ஒரு மகாவீரர், ஒரு முஹம்மது நபி, ஒரு ராமகிருஷ்ண பரமஹம்சர், ஒரு ரமணர், ஒரு நாகூர் ஆண்டகை இப்படிச் சிலரே.

ஆனால் இந்த வெகுசிலரால் செய்ய முடிந்த காரியங்கள் கோடிக்கணக்கான மக்களால் செய்ய முடியாதவை.

தன்னைக் கைது செய்ய வந்தவனின் அறுந்த காதை எடுத்து ஒட்ட வைத்தார் இயேசு. செத்துப் போன லசாரஸுக்கு உயிர் கொடுத்தார். கொல்வதற்காகக் காத்திருந்த எதிரிகள் இருந்த திசையை நோக்கி மண்ணை எறிந்தார் முஹம்மது நபி. எதிரிகளுக்குத் தற்காலிகமாகப் பார்வை போனது. புத்தர் இருந்த இடத்திலிருந்து முப்பது மைல் தூரத்துக்கு ஒரு கோடு வரைந்து, அதை ஆரமாக பாவித்து, அதிலிருந்து ஒரு வட்டம் வரைந்தால், அந்த வட்டத்துக்குள் வரும் எதுவும் தன் கெட்ட குணத்தை மாற்றிக்கொள்ளுமாம். புத்தரைச் சுற்றியுள்ள வட்டத்துக்குள் ஒரு சிங்கம் வந்தால் அது புத்தரின் காலடியில் வந்து பூனை மாதிரி படுத்துக் கொள்ளும். கொலை செய்யும் எண்ணத்துடனும் ஆயுதத்துடனும் ஒருவன் கண்ணுக்குத் தெரியாத அந்த

வட்டத்துக்கு உள்ளே வந்துவிட்டால் ஆயுதங்களைக் கீழே வைத்துவிட்டு புத்தரின் காலைத் தொட்டு வணங்குவான். ஏன் என்று அவனுக்கே தெரியாது. கடவுளைக் காட்ட முடியுமா என்று கேட்ட விவேகானந்தரை பரமஹம்சரின் பஞ்சுப் பாதங்கள் எட்டி உதைத்தன. விவேகானந்தர் கொஞ்ச நேரம் பிரக்ஞையற்றுக் கிடந்தார். உணர்வு வந்து எழுந்தவர் ராமகிருஷ்ணரின் கால்களில் விழுந்து மரியாதை செய்தார். ஓட்டை விழுந்ததால் நடுக்கடலில் தத்தளித்த கப்பலை ஊரில் இருந்தே பார்த்த நாகூர் ஆண்டகை தன் சவரக் கண்ணாடியை வீசியெறிந்தார். அது பறந்து போய் கப்பலின் ஓட்டையை ஃபெவிக்விக் போட்ட மாதிரி அடைத்துக் காப்பாற்றிக் கரை சேர்த்தது. அவர் வீசியெறிந்த கண்ணாடியை இன்றும் நாகூர்

தர்காவில் காணலாம். இப்படி மகான்கள் வாழ்வில் நடந்த அற்புதங்களை அடுக்கிக் கொண்டே போகலாம். அந்த அற்புத சக்திகளையெல்லாம் அவர்களுக்குக் கொடுத்தது மூச்சுதான் என்று நான் சொன்னால் நம்புவீர்களா?!

ஆனால் நீங்கள் நம்பாவிட்டாலும் உண்மை அதுதான். ஏனென்றால் நீங்கள் நினைத்துக் கொண்டிருப்பதைப் போல, மூச்சு என்பது வெறும் ஆக்சிஜனோ கார்பன்டை ஆக்சைடோ கலந்த அல்லது கலக்காத வாயு அல்ல. அதுதான் உயிர். அதுதான் சக்தி. அதுதான் வாழ்வு. அதுதான் சாவு. அதுதான் நோய். அதுதான் நிவாரணம். அதுதான் பிரச்சனை. அதுதான் தீர்வு. எந்த சக்தி நமக்குத் தேவையான காற்றை உள்ளே இழுத்து, தேவையில்லாத காற்றை வெளியே அனுப்புகிறதோ அதுதான் உண்மையான மூச்சு. அதைப் பற்றித்தான் நான் பேசிக்கொண்டிருக்கிறேன். மூச்சைக் கட்டுப்படுத்தப் பழகாத மகான் ஒருவர்கூட இந்த உலக வரலாற்றில் இல்லை.

அப்படியானால் அந்தப் பேராற்றலை நாம் எப்படிப் பயன்படுத்துவது? அந்த மந்திரச் சாவியைக் கொண்டு எதையெல்லாம் திறக்கலாம்? எப்படி?

▼

3

அதுதான் நாம்

மூச்சென்பது வெறும் ஆக்சிஜனோ
கார்பண்டை ஆக்ஸைடோ அல்ல. அவற்றை
நமக்குள் செலுத்தியும் வெளியேற்றியும்
வைக்கும் ஆற்றல்தான் உண்மையான மூச்சு.
அதுதான் நாம். அதுதான் எல்லாம்.

"ஏய், நா யாருன்னு தெரியுமா?"

அந்த மனிதன் உச்ச ஸ்தாயியில் கத்திக் கேட்டான். பதில் எதுவும் வரவில்லை. அவன் விழிகளின் சிவப்பு கூடியது.

"ஏய், நா யாருன்னு தெரியுமா? என் முன்னாடியே மரியாத இல்லாம படுத்திருக்கிறியா? எந்திருச்சிப் போ".

எந்த பதிலும் சொல்லாமலும், கோபப்படாமலும் ஒரு முறை தலையைத் தூக்கிப் பார்த்துவிட்டு மீண்டும் தெருவில் படுத்துக் கொண்டது அந்த நாய். நான் யாரென்று தெரியுமா என்று தொடர்ந்து கேட்டுக்கொண்டே இருந்தவன், தான் யாரென்றே தெரிந்துகொள்ள முடியாத போதையில் இருந்தான். அவனோடு பேசுவதற்கும், அவனது கேள்விகளுக்கு பதில் சொல்வதற்கும் எந்த நாயும் தயாராக இல்லை.

ஒருவகையில் அந்த நாய் அவனைவிட உயர்ந்த நிலையில் இருந்தது. அது போதையில் இல்லை. அது தன்னை மறந்திருக்கவில்லை. அவனது கோபத்தைப் பொருட்படுத்தாமல், அவனைக் கத்த விட்டுவிட்டு, நிமிர்ந்து பார்த்துவிட்டு, ஒன்றுமே சொல்லாமல், மீண்டும் தான் செய்து கொண்டிருந்த வேலையைத் தொடர்ந்தது. ஒரு ஞானியைப் போல!

நாமும் அந்தக் குடிகாரனும் ஒருவகையில் ஒன்றுதான். அவன் மதுவின் போதையில் தன்னை மறக்கிறான். நாம் பணம், பதவி, அந்தஸ்து, பெண், பொன், குடும்பம், குழந்தை, சொத்து, சோறு, சுகம், சொந்தம், பந்தம், நட்பு,

'கொல வெறி' - என ஆயிரக்கணக்கான விஷயங்களில் நம்மை மறந்து கொண்டிருக்கிறோம். நம்மை யாரென்று நமக்குக் காட்டுகிற எல்லாக் கதவுகளையும், ஜன்னல்களையும், சின்னச் சின்னச் சாளரங்களையும்கூட இறுக்கமாக சாத்திவிட்டு, பாதுகாப்பாக உணர்ந்து கொள்கிறோம்!

ஆனால் உண்மையோ நாம் செய்ததற்கு, நாம் வாழும் முறைக்கு நேர் மாறான, எதிரான திசையில் இருக்கிறது. ஓடுகின்ற ஆற்றைப் பிடித்து நாம் தள்ளிவிட்டுக் கொண்டிருக்கிறோம். மலையைப் பிடித்து ஓரிடத்தில் உட்கார வைக்க முயற்சி செய்துகொண்டுள்ளோம். தங்கம் என்பதற்காக செருப்பைத் தூக்கித் தலையில் வைத்துக் கொண்டிருக்கிறோம்.

இப்படியெல்லாம் நாம் ஏன் இருக்கிறோம்? ஏனென்றால், உண்மையில் நாம் யார் என்று நமக்குத் தெரியவில்லை. அதனால்தான். நாம் நம்மை வேறு எதாகவோ, வேறு யாராகவோ நினைத்துக் கொண்டிருக்கிறோம். அப்படியானால் உண்மையில் நாம் யார்?

இந்தக் கேள்விக்கான பதிலை ஞானிகள் பல வழிகளில் கண்டடைந்திருக்கிறார்கள். அவற்றில் மிகவும் எளிமையான வழிதான் மூச்சு. ஆம். ஆனால் மறுபடியும் ஞாபகம் வைத்துக் கொள்ளுங்கள். மூச்சென்பது வெறும் ஆக்சிஜனோ கார்பன்டை ஆக்ஸைடோ அல்ல. அவற்றை நமக்குள் செலுத்தியும் வெளியேற்றியும் வைக்கும் ஆற்றல்தான் உண்மையான மூச்சு. அதுதான் நாம். அதுதான் எல்லாம். சரி, அதை எப்படிப் பயன்படுத்துவது?

லைலா மஜ்னு கதை தெரியுமில்லையா? மஜ்னூனை சாட்டையால் அடிக்க அடிக்க லைலாவின் முதுகில் கோடுகள் விழுந்தன என்று கதை உண்டு. இது சாத்தியமா என்றால்

சாத்தியம்தான். ஏனெனில் அவர்களின் இதயங்கள் மட்டுமல்ல, மூச்சும் இணைந்திருக்கும். ஒரு சின்னப் பரிசோதனை செய்து பாருங்கள்.

உங்கள் காதலி அல்லது மனைவிக்குத் தலைவலி என்று வைத்துக் கொள்வோம். (மனைவிக்குத் தலைவலியா? மனைவிதானே தலைவலி என்று கணவன்மார்கள் முணுமுணுப்பது எனக்குக் கேட்கிறது. ஆனால் இதையேதான் மனைவிகளும் சொல்கிறார்கள் என்கிறாள் என் மனைவி)! அவளை அருகில் அழைத்து அன்பாக அமர வைத்துக் கொள்ளுங்கள். (அன்பாக என்றால் தெரியும்தானே?) அவளுடைய மூச்சோட்டத்தைக் கவனியுங்கள். (மூச்சோட்டத்தை மட்டும்தான்). கொஞ்ச நேரம் அதையே கவனியுங்கள். அப்போது ஒரு அதிசயம் நிகழும். அதாவது, உங்களது மூச்சோட்டம், அந்த ஃப்ரீக்வன்ஸி, அவளுக்குப் போகும். அல்லது அவளது மூச்சோட்டம் உங்களுக்கு வரும். இரண்டும் ஒன்றுதான். தாயைத் தேடிக் குழந்தை போனால் என்ன, குழந்தையைத் தேடி தாய் போனால் என்ன?

"உன் தலைவலி குணமாகிவிட்டது. இப்போது உனக்குத் தலைவலி இல்லை" என்று அப்போது மனதில் சொல்லிக் கொள்ளுங்கள். அல்லது நினைத்துக் கொள்ளுங்கள். அது இன்னும் சிறப்பு. இப்படிச் செய்துவிட்டுக் கொஞ்ச நேரம் கழித்து, உன் தலைவலி இப்போது எப்படி இருக்கிறது என்று அவளைக் கேட்டுப் பாருங்கள். 'தலைவலியே இல்லை, போச்சு, போயிந்தே' என்றோ, வெகுவாகக் குறைந்துள்ளது என்றோ அவள் நிச்சயம் சொல்வாள். நீங்கள் மனைவியாக இருக்கும் பட்சம், இதே பயிற்சியை உங்கள் காதலனுக்கோ கணவனுக்கோ செய்து பாருங்கள். (ஆனால் பெண்களைக் குஷிப்படுத்துவதற்காக ஆண்கள் பொய் சொல்வதற்கு வாய்ப்புண்டு. எனவே இந்தப் பயிற்சியை, பெண்களை நம்பி ஆண்கள் செய்து பார்த்தல் நலம்)!

வலி எப்படிப் போனது அல்லது குறைந்தது? இதற்குப் பதிலைக் கண்டு பிடிக்க நாம் மருத்துவம் படிக்க வேண்டியதில்லை. உடல் கூறு பற்றி அறிந்திருக்க வேண்டியதில்லை. நுரையீரல், அதனுள் இருக்கும் அல்வியோலி எனப்படும் நுண்ணிய பைகள் பற்றியெல்லாம் தெரிந்திருக்க வேண்டியதில்லை. அதையெல்லாம் மூச்சு பார்த்துக் கொள்ளும். இருவர் மூச்சும் ஒரே தாள கதியில் இணைகிறதா என்று மட்டும் பார்த்தால் போதும். அப்போது என்ன நடக்கிறது?

மேட்டில் இருக்கும் தண்ணீர் பள்ளத்தை நோக்கிப் பாய்வதுபோல, உங்களிடம் இருக்கும் ஆரோக்கியம் அவளை நோக்கிப் பாய்ந்து, அங்கே தலைவலி உண்டாக்கிய பிரச்சனையைப் போக்கும். அதன் விளைவாகத் தலைவலி குணமாகும்.

நுரையீரலுக்குள் தேவையான ஆக்ஸிஜன் போவதால் இது நடக்கிறது என்று நான் சொல்ல மாட்டேன். அது விஞ்ஞானம் சார்ந்த, மருத்துவ அறிவு சார்ந்த மேலோட்டமான புரிந்துகொள்ளல். பலவீனப் பட்டுப்போன ஒரு உயிரின் ஆற்றலுக்குள் ஆரோக்கியமாக உள்ள இன்னொரு உயிரின் ஆற்றல் பாய்வதால் நிகழும் அற்புதம் அது. இதை சாதிப்பது மூச்சு எனும் அற்புத சக்தி.

அப்படியானால் மருந்து மாத்திரையில்லாமல் மூச்சினால் மட்டுமே உடலில் ஆரோக்கியத்தை ஏற்படுத்த முடியுமா என்றால் ஆமாம். முடியும். நிச்சயமாக முடியும். ஆனால் அதற்கு மூச்சு எப்படி விட வேண்டுமோ அப்படி விட வேண்டும். எதையுமே முறைப்படி செய்ய வேண்டும். அப்போதுதான் கிடைக்க வேண்டியது கிடைக்கும். மூச்சும் அப்படித்தான். எல்லாக் கதவுகளையும் அடைத்துவிட்டு, மின் விசிறியைச் சுழல விட்டு, போர்வையைப் போட்டுப் போர்த்தி முகத்தை

மறைத்துக்கொண்டு எட்டு அல்லது பத்து மணி நேரம் தூங்குவதும் தற்கொலைக்கு முயற்சி செய்வதும் ஒன்றுதான். ஆனால் நம்மில் பலர் இப்படித்தான் வாழ்ந்து கொண்டிருக்கிறோம். தவறாக.

எப்படி மூச்சு விட வேண்டுமோ அப்படி மூச்சு விடவில்லையானால், எப்படி வாழ வேண்டுமோ அப்படி வாழவில்லை என்று அர்த்தம். எப்படி வாழ வேண்டுமோ அப்படி வாழவில்லையானால், எது எதெல்லாம் கிடைக்க வேண்டுமோ அதெல்லாம் கிடைக்காது என்று அர்த்தம். அது மட்டுமல்ல, எதெல்லாம் கிடைக்கக் கூடாதோ அதெல்லாம் கிடைக்கும் என்றும் அர்த்தம். ஆரோக்கியத்துக்குப் பதிலாக நோய். வளத்துக்குப் பதிலாக வறுமை. சரியாக மூச்சு விடாததன் மூலம், நன்மையின் வாசல்கள் யாவும் ஒவ்வொன்றாக அடைபட்டு, தீமையின் கதவுகள் யாவும் ஒவ்வொன்றாகத் திறக்கும். ஆனால் மூச்சை முறையாக விடுவதன் மூலம் எல்லா நன்மையும் கிடைக்கும்.

கதவைத் திற காற்று வரட்டும் என்று கவிதை சொன்னார் பசுவய்யா. நான் சொல்கிறேன்:

முறையாக மூச்சு விடு
முன்னேற்றம் தானாக வரும்.
எப்படி?

▼

4

மூச்சில் மலருங்கள்

ஆழமான மூச்சு விடுவதை ஒரு பழக்கமாக மாற்றி கொண்டால், அதற்கேற்றவாறு ஆரோக்கியத்தையும் நன்மைகளையும் கொடுக்கும்

ஆர்மியில் இருந்த இரண்டு நண்பர்கள் அடிக்கடி மது குடிக்கும் பழக்கம் கொண்டிருந்தார்கள். கொஞ்ச காலம் கழித்து ஒருவனை வேறு ஊருக்கு மாற்றிவிட்டார்கள். அதிலிருந்து ஒருவன் மட்டும் இரண்டு க்ளாஸ்களில் மதுவை ஊற்றிக் குடித்துக்கொண்டிருந்தான். என்ன விஷயம் என்று கேட்டதற்கு, எனக்கு ஒரு க்ளாஸ், என் நண்பனுக்காக ஒரு க்ளாஸ் என்று சொல்வானாம். கொஞ்ச நாள் கழித்து ஒரு க்ளாஸில் மட்டும் குடிக்க ஆரம்பித்தானாம். என்னப்பா இது என்று கேட்டதற்கு, "நான் குடிப்பதை நிறுத்திவிட்டேன், ஆனால் பாவம், என் நண்பனால்தான் இன்னும் நிறுத்த முடியவில்லை" என்றானாம்!

சரி இந்தக் கதை எதற்கு என்கிறீர்களா? உங்களுக்காகத்தான். தவறான ஒரு பழக்கத்துக்கு அடிமையாகிவிட்டால் நாமும் இப்படித்தான் ஏதாவது ஒரு வகையில் நம் தவறுகளை நியாயப்படுத்த முயற்சி செய்வோம். நீங்கள் குடிப்பழக்கம் இல்லாதவராக இருக்கலாம். ஆனால் தவறான முறையில் மூச்சு விடும் பழக்கம் கொண்டவராகவும், அதை மாற்றிக்கொள்ள முடியாததை நியாயப்படுத்திப் பேசுபவராகவும் இருக்கிறீர்கள். பெரும்பாலான மக்கள் முறையாக மூச்சு விடுவதில்லை. இதனால் மருத்துவமனைகளும், வியாதிகளும், நோயாளிகளும் பெருகிக்கொண்டே போகின்றனர். மனிதர்கள் மூச்சு முட்ட வரிசையில் நின்று மருந்துகளை வாங்கி, தவறாக

மூச்சு விட்டுக்கொண்டே மருந்துகளை விழுங்கி நோய்களை இன்னும் தீவிரப்படுத்திக்கொண்டுள்ளார்கள்!

முறையான மூச்சு ஒரு மனிதனுக்குப் பல அருட்கொடைகளைத் தருகிறது. அதில் மிக மட்டமானது ஆரோக்கியம்தான்! இன்று அல்லோபதியோடு போட்டிபோட்டுக்கொண்டு மாற்று மருத்துவ உலகம் வேகமாகப் பரந்து விரிந்து கொண்டுள்ளது. இது நல்லதுதான். என்றாலும் தன் மூச்சை ஒருவர் கவனித்துக் கொண்டால் போதும், வேறு எதையும் தூக்கிவைத்துக் கொண்டாட வேண்டியதில்லை.

பால்காரர் பால் கொடுப்பதைக் கவனித்திருக்கிறீர்களா? சைக்கிளில் கொண்டு வந்த 'பைப்' வைத்த 'கேன்'இல் இருந்து பைப்பைத் திருகித் திறந்து, பாலை ஒரு அளவுப் பாத்திரத்தில் இறக்கி, பின் நமது சொம்பில் அல்லது எவர் சில்வர் பானையில் ஊற்றுவார். அரை லிட்டர் ஒரு லிட்டர் என்ற அளவு முடிந்தவுடன் மறுபடியும் திருகி கொஞ்சம் 'எக்ஸ்ட்ரா'வாக ஊற்றுவார் அல்லவா? அந்த இலவசமான கொசுறு போன்றதுதான் முறையான மூச்சு தரும் பரிசான ஆரோக்கியம்! அப்படியானால் அது தரும் மற்ற அருட்கொடைகளைப் பற்றிக் கொஞ்சம் கற்பனை செய்து பாருங்கள்.

சமஸ்கிருதத்தில் 'வ்யாதி' என்பது நோயையும், 'ஸமாதி' என்பது நோயற்ற, நோய்களைத் தாண்டிய, நோய் அண்டமுடியாத ஒரு நிலையையும் குறிக்கிறது என்கிறார் ஓஷோ. பதஞ்சலி அப்படித்தான் சொல்கிறாராம். ஆனால் சமாதி என்று சொன்னால் மூச்சு நின்று உயிர் பிரிந்த நிலை என்று நாம் புரிந்துவைத்திருக்கிறோம். வேடிக்கைதான். சரி போகட்டும். முறையான மூச்சு நமக்குத் தரும் அருட்கொடைகளில் ஓஷோ சொல்லும் ஸமாதியும் ஒன்று. அப்படியானால் நம் ஆரோக்கிய வாழ்வைக் காப்பது எது? நிச்சயமாக 'லைஃப்பாய்' அல்ல. நம் மூச்சுதான். அதுவும் ஆழமான மூச்சு.

1. மிதமான மூச்சு, 2. விரைவான மூச்சு, 3. ஆழமான மூச்சு என்று நம் மூச்சு மூன்று வகையான உள்ளது. மிதமான மூச்சானது சாதாரணமாக ஒரு காரியத்தைத் தொடர்ந்து செய்வதற்குப் பயன்படுகிறது. விரைவான மூச்சு வேகமாக ஒரு காரியத்தைச் செய்வதற்குப் பயன்படுவது. ஓடும்போது, நீந்தும்போதெல்லாம் இப்படிப்பட்ட மூச்சுதான் வரும். ஆனால் நாம் இங்கே பேசுவது ஆழமான மூச்சைப் பற்றி. அதுதான் நான் சொல்லவரும் முறையான மூச்சு. மற்ற மூச்சுகள் தேவைக்கேற்றபடி தானாக வந்து போகும். கோபமாக, அச்சத்தோடு, பதட்டமாக இருக்கும்போதெல்லாம் அந்தந்த உணர்ச்சிகளுக்கு ஏற்றாற்போல மூச்சின் விகிதாச்சாரம் மாறிக்கொள்ளும்.

ஆனால் ஆழமான மூச்சு விடுவதை ஒரு பழக்கமாக மாற்றி கொண்டால், அதுவே ஒரு நாளின் பெரும்பாலான நேரத்தில் நம்மை வியாபித்துக் கொள்ளும். அதற்கேற்றவாறு ஆரோக்கியத்தையும் நன்மைகளையும் கொடுக்கும். மூச்சை மாற்றுவதன் மூலம் ஒரு மனிதனுடைய கேரக்டரையே மாற்ற முடியும். அதனால்தான் கிரண்பேடி போன்றவர்கள் சிறைச்சாலையில் கைதிகளுக்கு தியானப் பயிற்சியும் மூச்சுப் பயிற்சியும் கொடுக்க ஏற்பாடு செய்தார்கள்.

எத்தனையோ மூச்சுப் பயிற்சிகள் இருக்கின்றன. முறையான மூச்சுப் பயிற்சி என்பது உலகுக்கு இந்தியா கொடுத்த சொத்து. ஆமாம். நமது இந்திய மரபு அத்தனை பெருமை வாய்ந்தது. ஆனால் நமது பெருமைகள் இப்போது திசை மாறிவிட்டன. சளி பிடித்தால்கூட நான் அப்போலோவுக்கோ, மியாட்டுக்கோதான் போவேன் என்று சொல்லும் ஒரு சீக்குப் பிடித்த பெருமித உணர்வு நம்மில் பெரும்பாலோரை ஆட்கொண்டுள்ளது. இத்தகைய அசட்டுத்தனங்களில் இருந்து நம்மை இறைவனும் இந்திய மரபும்தான் காப்பாற்ற வேண்டும்.

எத்தனையோ வகையான மூச்சுப் பயிற்சிகள் இருந்தாலும், மிக அடிப்படையான பயிற்சியைப் பற்றி மட்டும் நான் இங்கே சொல்லப்போகிறேன். இதை யார் வேண்டுமானாலும், எந்த வயதில் வேண்டுமானாலும், எந்த நிலையிலும் செய்யலாம். இதற்கு 'சைடு இஃபக்ட்ஸ்' உண்டு. ஆனால் அவைகள் யாவும் நன்மைகளைத் தவிர வேறொன்றுமில்லை!

பயிற்சி

1. ஒரு தனி இடத்தையும் நேரத்தையும் தேர்ந்தெடுத்துக் கொள்ளவேண்டும். நேரம் அதிகாலையாக அல்லது அமைதியான இரவு நேரமாகத்தான்

இருக்க வேண்டும் என்ற அவசிய மில்லை. உங்களுக்கு வசதியான எந்த நேரமாகவும் இருக்கலாம். ஆனால் அதே நேரத்தில்தான் தினமும் செய்ய வேண்டும். நேரத்தையும் இடத்தையும் மாற்றக்கூடாது. முகம் கை கால்களைக் கழுவி விட்டு நேராக அமர்ந்துகொள்ளவேண்டும். இப்படிச் செய்வதும் நமது உடலின் உள்ளுறுப்புகளான இதயம், நுரையீரல், சிறுநீரகம் போன்றவற்றைச் சுத்தப்படுத்துவதும் ஒன்றுதான்.

2. சம்மணம் (அம்மணம் அல்ல) கொட்டி நேராக அமர்ந்து கொள்ளலாம். அல்லது தலையணை இல்லாத மெத்தையில் மல்லாக்க, கைகால்களை ஒன்றையொன்று தொடாமல் கொஞ்சம் தள்ளி வைத்துப் படுத்துக் கொள்ளலாம். இரண்டு நிலையிலும் கண்களை மூடிக்கொள்ள வேண்டும். உடலை நீங்களாக அசைக்கக்

கூடாது. அதுவாக அசைந்தால் அதை உணர்ந்துகொள்ளலாம்.

3. ஆழமாக, நிதானமாக மூச்சை உள்ளே இழுக்க வேண்டும். அது உள்ளே போவதைக் கவனிக்க வேண்டும். அது உள்ளேபோய் கொஞ்ச நேரம் இருக்கும். பின் அதுவாக வெளியில் வரும். இப்படி வெளிவரும் மூச்சையும் நிதானமாக கவனித்து வெளியில் விட வேண்டும்.

4. உள்ளே போன மூச்சையும் வெளியே வந்த மூச்சையும் கவனித்து, இரண்டையும் சேர்த்து ஒன்று என்று மனதுக்குள் எண்ணிக்கொள்ள வேண்டும். இப்படியாக நாற்பது அல்லது ஐம்பது மூச்சுகள் விடவேண்டும்.

இதுதான் பயிற்சி. குறைந்தது கால்மணி நேரம் செய்ய வேண்டும். தினமும். இப்படிச் செய்தால் வாழ்நாள் பூராவும் எந்தப் பெரிய நோயும் வராமல் வாழலாம். அப்படி ஏதாகிலும் வந்தாலும் அதை மூச்சே குணப்படுத்திவிடும். (தும்மல், விக்கல், சளி, காய்ச்சல் இன்னபிறவெல்லாம் நோய்களல்ல. அவை நம் உடல் பார்க்கும் மருத்துவம். மருத்துவத்துக்கே மருத்துவம் பார்க்கும் வேலையைத்தான் நாம் ரொம்ப காலமாகச் செய்துவருகிறோம். இதுபற்றி விரிவாக வேறு வாய்ப்பின்போது பார்க்கலாம்).

கஷ்டப்பட்டு முடித்த காரியமெல்லாம் லேசில் முடியும். சின்னச் சின்ன ஆசை, சிறகடிக்கும் ஆசையெல்லாம் நிறைவேறுவதற்கான வாசல்கள் திறக்கும். பிரச்சனைகளெல்லாம் ஒன்வொன்றாகத் தீர ஆரம்பிக்கும்.

மூச்சுப் பயிற்சியை முறையாகச் செய்து நான் சொன்னதும், நான் சொல்லாததும்கூட நடக்கும்வரை இதுபற்றி யாரிடமும் மூச்சுவிடக்கூடாது, சரியா?

▼

5

ராஜ்ஜியம் தரும் ராமனின் ரிலாக்சேஷன்

ரிலாக்சேஷனுக்கு நேர் எதிரானது
டென்ஷன். எப்படி வாழவேண்டும் என்று
தெரிந்து கொள்வதைவிட முக்கியமானது
எப்படி வாழக்கூடாது என்று
தெரிந்துகொள்வது.

ராமாயணத்தில் ஓர் அற்புதமான காட்சி. மூத்த மகன், செல்ல மகன், தெய்வ மகன், ராமனுக்குப் பட்டாபிஷேகம் செய்யவேண்டுமென்று தசரதன் ஆசைப்படுகிறான். அதை ராமனுக்கும் குடும்பத்தாருக்கும் அறிவித்தும் விட்டான். மறுநாள் முடிசூட்டு விழாவுக்கான ஏற்பாடுகள் வெகு விமரிசையாக நடந்து கொண்டுள்ளன. மக்களெல்லாம் கொண்டாட்ட மனநிலையில். ராமனும் புதிய பொறுப்பை ஏற்றுக்கொள்வதற்காக ஆயத்தமாகிக் கொண்டுள்ளான். அப்போது கைகேயி என்ற பிரச்சனை அவனை அழைக்கிறது.

அவள் ஏற்கனவே தனக்கான வரங்களைக் கேட்டு தசரதனை 'ஸ்விச் ஆஃப்' பண்ணி வைத்திருந்தாள். மறுத்து ஏதும் சொல்ல முடியாத நிலையில் தசரதன் கிட்டத்தட்ட 'கோமா' நிலையில் கிடந்தான். ஆனால் இதெல்லாம் தெரியாத ராமன் 'அன்னை' கைகேயியைப் பார்க்க வருகிறான்.

தன் மகன் பரதனே முடிசூட்டிக் கொள்ள வேண்டுமென்றும், ராமன் 14 ஆண்டுகள் வனவாசம் செய்யவேண்டுமென்றும் தசரதன் முடிவெடுத்திருப்பதாக ராமனிடம் கைகேயி கூறுகிறாள். வக்கிர மனநிலையின் உச்சகட்டத்தை கைகேயியின் பாத்திரத்தில் காணமுடிகிறது. ஆனால் அவளுக்கு ராமன் என்ன பதில் சொன்னான்?

"அப்பா சொன்னால் என்ன, நீங்கள் சொன்னால் என்ன அம்மா? எனக்கு எல்லாம்

ஒன்றுதான். எனக்கு நீங்கள் வேறு அப்பா வேறு அல்ல. "தந்தையும் தாயும் நீரே" என்று ராமன் சொல்வதாக கம்பனின் பாட்டு. "உங்கள் முடிவுதான் என் முடிவும்" என்று சொல்லிவிட்டு உடனே, ஆமாம் உடனேயே, காட்டுக்குச் செல்வதற்கான பிரத்தியேக மரவுரி உடைகளை அணிந்துகொள்ள ஆரம்பித்துவிடுகிறான்! காவியத்தில் நடப்பது இதுதான். வார்த்தைகள் மட்டும்தான் எனது.

இந்த நிகழ்ச்சியில் ஒரு மிகப்பெரிய உண்மை அடங்கியுள்ளது. வெற்றிபெற விரும்பும் அனைவருக்குமான செய்தி அதில் மறைந்துள்ளது. அதிருக்கட்டும். ராமனுடைய இடத்தில் நாமாக இருந்தால் என்ன சொல்லியிருப்போம்? வாயில் வைக்கப் போன சோற்றை யாராவது தட்டிவிட்டால் நமக்கெப்படி இருக்கும்?

"ஏன்டீ, எங்கப்பனுக்கு ரெண்டாவதா வந்த ஒனக்கு எவ்வளவு கொழுப்பிருந்தா, மூத்த மகன் நா உயிரோட இருக்கும்போது, எனக்கு சட்டப்படி கெடைக்க வேண்டியதைத் தடுத்து, ஒம்மகனுக்குக் கொடுக்க நினைப்பே? சுப்ரீம் கோர்ட் வரைக்கும் போனாலும் விடமாட்டேன். உங்க எல்லாரையும் கம்பி எண்ண வச்சிடுவேன். எங்கப்பனுக்கு மூளை கீள கொளம்பிருச்சா என்ன? கூத்தியா மயக்கத்துல கெடக்குறானா அவன்?" இப்படி, இதையொத்த வசனங்கள் தொடரும். நிஜவாழ்க்கையில் சொத்துக்காக கோர்ட்டு கச்சேரி என்று பெற்றோர்கள், பிள்ளைகள், சகோதர சகோதரிகள் அலைந்து கொண்டிருப்பதை நாம் அறிவோம்.

ஆனால் ராமன் நடந்து கொண்டவிதம் வியப்பூட்டுகிறது. அவன் சொல்லும் அற்புதமான பதிலில் நமக்கான ஒரு செய்தி இருக்கிறது. அது என்ன?

அதுதான் ரிலாக்சேஷன்.

உடலை, மனதைத் தளர்ச்சியாக வைத்துக் கொள்வது என்றெல்லாம் சொல்லலாம். ஆனால் ரிலாக்சேஷனுக்கு இணையான தமிழ்ச்சொல் இன்னும் உருவாகவில்லை என்றே நினைக்கிறேன். எனவே அப்படி ஒன்று உருவாகும் வரை நாம் ரிலாக்சேஷன் என்றே பயன்படுத்துவோம்.

ஆமாம். ரிலாக்சேஷன். ஒரு மனிதனுடைய வெற்றிக்கு வழி அதுதான். ஒரு மனிதனுடைய உடல் ஆரோக்கியத்துக்கு வழியும் அதுதான். ரிலாக்சேஷனுக்கு நேர் எதிரானது டென்ஷன். எப்படி வாழவேண்டும் என்று தெரிந்து கொள்வதைவிட முக்கியமானது எப்படி வாழக்கூடாது என்று தெரிந்துகொள்வது. டென்ஷனாக வாழக்கூடாது. அப்படி வாழ்ந்தால் கிடைக்க வேண்டிய எதுவும் கிடைக்காது. தெருவில் போகிற சனியன் எல்லாம் நம் வாழ்க்கைக்குள், நம் உடம்புக்குள் வந்து புகுந்து கொள்ளும்.

ஆனால் ராமன் செய்தது என்ன?

தன் மனநிலையை ஒரேமாதிரியாகவே எல்லாச் சூழ்நிலையிலும் அவன் வைத்துக்கொண்டான். பட்டாபிஷேகம் என்றாலும் சரி, வனவாசம் என்றாலும் சரி, அன்றலர்ந்த செந்தாமரை மலரைப் போலத்தான் அது எப்போதுமே இருந்தது. பூவும் வாடவில்லை. அதன் மணமும் குறையவில்லை. ஒரேவிதமான மனநிலையே ராமனுக்கு எல்லாச் சூழ்நிலையிலும் இருந்தது. வேறு வார்த்தைகளில் சொன்னால், அவன் எப்போதுமே ரிலாக்ஸ்டாக இருந்தான். இன்பமும் துன்பமும், வெற்றியும் தோல்வியும் தன்னைப் பாதிக்க அவன் அனுமதிக்கவில்லை.

தன் உரிமை அநியாயமாகப் பறிக்கப்படுகிறது. அதற்கும் மேலாக வனவாசம் என்ற அநியாயம் செய்யப்படுகிறது. இதை நிச்சயமாகத் தந்தை விரும்பியிருக்கவோ சொல்லியிருக்கவோ மாட்டார். இதெல்லாம் ராமனுக்கும் தெரியும். தெரிந்தும் அவன் அதை மனதார ஏற்றுக்கொள்கிறான். கைகேயிக்கு அவன் சொன்ன பதிலில் மரியாதைக் குறைவான ஒரு அட்சரம்கூட அவன் வாயிலிருந்து வரவில்லை. மாறாக, தான் சொன்னால் எங்கே ஏற்றுக் கொள்வானோ மாட்டானோ என்ற கைகேயியின் சந்தேகத்தைப் போக்கும் வகையில், அப்பா சொன்னாலும் நீங்கள் சொன்னாலும் ஒன்றுதான் என்று கூடுதலாகச் சொல்லி அவள் வயிற்றில் அமுதம் வார்க்கிறான். அதுமட்டுமா? காட்டுக்குச் சென்று வாழ உடனே ஆயத்தமாகிவிடுகிறான்!

இதைத்தான் Law of Detachment என்று வால்யூம் வால்யூமாக ஆங்கிலத்தில் எழுதிக் கொண்டிருக்கிறார்கள். ஒரு விஷயம் நமக்குக் கிடைக்க வேண்டுமென்றால், அது கிடைக்க வேண்டும் என்ற தீவிரமான பற்றி எரியும் ஆசையோடு நாம் செயல்பட வேண்டும். அதேசமயம், அது கிடைக்காவிட்டாலும் பரவா யில்லை என்பதை மனதார ஏற்றுக்கொண்டு செயல்பட வேண்டும் என்று கூறுகிறது 'லா ஆஃப் டிடாச்மெண்ட்'! வெற்றியைக் கண்டு வியக்காமல் இருக்க வேண்டுமென்றால் தோல்வியைக் கண்டு துவளாமல் இருக்க வேண்டும். அப்படி இருந்தால்தான் வெற்றிமேல் வெற்றி வரும். 'லா ஆஃப் டிடாச்மெண்ட்' சொல்வது அதுதான்.

இது பற்றிய ஆங்கில நூல் ஒன்று ஒரு நூறு பக்கம் இருந்தால் அதன் விலை குறைந்தது ஐநூறு ரூபாய் இருக்கும். ஆனாலும் க்ரெடிட் கார்டு கொடுத்தாவது அதை லாண்ட் மார்க்கில் இருந்து வாங்கிச்செல்ல அனேகம் பேர் இருக்கிறோம். ஆனால் ராமாயணம் படிக்க நம்மில் எத்தனை பேருக்கு இன்று ஆர்வமிருக்கிறது? நம் வாழ்க்கைக்குத் தேவையான ஏகப்பட்ட நல்ல விஷயங்கள் நம்மிடமிருந்து வெளியே போயுள்ளன என்பது சத்தியம். இதை நாம் புரிந்துகொள்ள வேண்டும். ஏழாம் அறிவு போன்ற திரைப்படம் வந்துதான் நாம் புரிந்துகொள்ள வேண்டுமென்றால் நம் ஆறாம் அறிவு சரியாக வேலை செய்யவில்லை என்று அர்த்தம்!

சரி போகட்டும். ரிலாக்சேஷனுக்கு வருவோம். ராமன் ரிலாக்ஸ்டாக இருந்ததனால்தான் அவனுக்கு ராஜ்ஜியம் திரும்பக் கிடைத்தது. அவன் இல்லாதபோது அவனது செருப்பு ராஜ்ஜியம் செய்தது. கைகேயியின் நிபந்தனைகளை ஏற்றுக் கொண்டதால் ராமன் எதையும் இழந்துவிடவில்லை. மாறாக, புதிய புதிய அனுபவங்கள் அவனுக்குக் கிடைத்தன. பிறன்மனை விழையும் ராவணங்களுக்கு அழிவு ஏற்பட்டது. இன்னும் எவ்வளவோ.

எனவே ராமன் செய்ததுதான் மிகச்சரி. அது தர்க்க ரீதியான செயல்பாடாக நமக்குத் தோன்றாமலிருக்கலாம். ஆனால் வெற்றி என்பது தர்க்கத்தைப் பார்த்து வருவதல்ல. ரிலாக்சேஷனைப் பார்த்து வருவது. பிச்சைக்காரன் ராஜாவாக முடியாது. இது தர்க்கம். ஆனால் யானை மாலை போட்டால் ஆகலாம். இது சரித்திரம். நாம் ரிலாக்ஸ்டாக இருந்தால் யானைகள் நம் கழுத்தில் மாலை போடும். நிச்சயம்.

▼

6

ரிலாக்ஸ் ஆவது எப்படி

கடந்த காலத்தைப் பற்றிய கவலையும், எதிர்காலத்தைப் பற்றிய அச்சமும் இல்லாமல், நிகழ் காலத்தில் நம்மை நிறுத்தி, நம் மனதுக்கு சந்தோஷம் கொடுக்கும் எதுவுமே நம்மை ரிலாக்ஸ் செய்கிறது.

ரிலாக்ஸ் செய்வது என்றால் என்ன? நம் வீட்டுப் பூனைகள் நெட்டி முறிப்பதைப் பார்த்திருக்கிறீர்களா? அப்படியும் ரிலாக்ஸ் செய்யலாம். ஆமாம். ரிலாக்ஸ் செய்யும் சரியான முறைகளில் அதுவும் ஒன்று. இந்த வகையில் எல்லாப் பூனைகளும் நமக்குக் குருதான். பாற்கடலையே நக்கிக் குடிக்க ஆசைப்படும் பூனை என்று ராமகாதையில் தன்னை வர்ணித்துக் கொள்கிறான் கம்பன். ஆனால் ரிலாக்சேஷன் என்பது ஒரு பூனையானால் நிச்சயம் அது பாற்கடலானாலும் நக்கியே குடித்துவிடும். அதன் சக்தி அப்படி. ரிலாக்சேஷனோடு இருந்தால் ஆதிசேஷனாக இருந்தாலும் நமக்கு அது படுக்கை விரிக்கும். மகா விஷ்ணுவின் படுக்கை நமக்கு அந்த செய்தியைத்தான் கொடுத்துக்கொண்டே இருக்கிறது.

இந்த உலகம் எக்கேடு கெட்டுப் போகட்டும் என்று 'ஹாய்'யாக அவர் ஆதிசேஷன்மீது படுத்து உறங்கிக்கொண்டிருக்கவில்லை. பிரச்சனைகளைத் தீர்ப்பது எப்படி என்று நமக்குக் கற்றுக்கொடுத்துக் கொண்டிருக்கிறார். அவரது துயில் அறிதுயில். எல்லாம் அறிந்த துயில். எதுவும் அறியாத துயிலல்ல. விழிப்பு நிலையைவிட விழிப்புணர்வு மிகுந்த துயில் அது.

'ஸ்லீப் ஆன் த ப்ராப்ளம்' என்றுஆங்கிலத்தில் ஒரு சமாச்சாரம் உண்டு. அதாவது பிரச்சனையை ஒட்டி ரிலாக்ஸ் ஆகிவிடுவது. பிரச்சனையைத் தற்காலிகமாக மறப்பது. அல்லது பிறகு பார்த்துக்கொள்ளலாம் என்று வேண்டுமென்றே - வேறு வழியில்லாமல் அல்ல

ஒத்தி வைப்பது. இப்படிச் செய்வதனால் பிரச்சனைக்கான தீர்வுக்கதவுகள் திறக்கும். மஹா விஷ்ணு அதைத்தான் செய்துகொண்டிருக்கிறார். மாறாக, பிரச்சனையைப் பற்றியே நினைத்துக் கொண்டு, வேறு வேலைகளைச் செய்ய விடாமல் அது நம்மைத் தடுத்துக்கொண்டோ அல்லது தேவையில்லாத வேலையைச் செய்யத் தூண்டிக் கொண்டோ இருந்தால், நாம் ரிலாக்ஸ்டாக இல்லை என்று அர்த்தம்.

ஒரு எளிய ஆனால் எல்லோருக்கும் தெரிந்த உதாரணம்.

ஒரு பொருளை எங்கே வைத்தோம் என்பது மறந்துவிட்டது. தேடத்தேடக் கிடைக்கவில்லை. ஞாபகப்படுத்திப் பார்க்கப் பார்க்க, அது நினைவுப் பள்ளத்தின் அதள பாதாளத்துக்குப் போய்க்கொண்டிருக்கிறது. குறிப்பிட்ட நேரத்துக்குள் பஸ்ஸைப் பிடித்தால்தான் ஆபீசுக்குப் போகமுடியும். இல்லையென்றால் கடுவன் பூனை மேனேஜரின் பார்வையை, வார்த்தைகளையெல்லாம் எதிர்கொள்ள வேண்டி வரும். சரி, ஒழிந்து போகிறது என்று அதை, பிரச்சனையை, மறந்துவிட்டு பஸ் பிடித்து ஆபீஸுக்கு வந்து வேலையில் ஈடுபட்டிருக்கும்போது திடீரென்று ஆனால் மிகச்சரியாக ஞாபகம் வரும். இன்ன அலமாரியில், இன்ன கலரில் உள்ள, இத்தனையாவது புடவைக்குக் கீழேதான் வைத்தீர்கள் என்று. அந்த நேரத்தில் மன்மோகன் சிங்கும் ஒபாமாவும் ஒருசேர வந்து

அந்த இடத்தில் நீங்கள் வைத்த பொருள் இருக்க வாய்ப்பில்லை என்று சொன்னாலும் நீங்கள் சிரிப்பீர்கள். ஏனெனில் அப்போது உங்களிடம் சந்தேகத்துக்கு அப்பாற்பட்ட ஒரு நிச்சயத்தன்மை இருக்கும். அது எப்படி வந்தது?

அந்தப் பிரச்சனையை ஒட்டி நீங்கள் ரிலாக்ஸாகிவிட்டீர்கள். அது தொடர்பாக இருந்த டென்ஷனில் இருந்து உங்களை நீங்களே, தெரிந்தோ தெரியாமலோ, விடுவித்துக் கொண்டீர்கள். அதனால்தான் ஞாபகம் வந்தது. இதிலிருந்து என்ன தெரிகிறது?

டென்ஷனானால் எதுவுமே கிடைக்காது. ரிலாக்ஸானால்தான் தீர்வுக்கு வழி பிறக்கும். பட்டாபிஷேகம் செய்து கொள் என்ற போதும், வனவாசம் செல் என்ற போதும் ராமன் செய்தது அதுதான். மூச்சு முறையாக விடுவதற்கும் ரிலாக்ஸ்டாக இருப்பதற்கும் நெருங்கிய தொடர்பிருக்கிறது. ஏனெனில் டென்ஷனாக இருக்கும்போது ஆழமாக மூச்சு விடமுடியாது.

சரி, அப்ப ரிலாக்ஸ்டாக இருப்பது எப்படி?

இதற்குப் பல வழிகள் உண்டு. உடலில் கொஞ்சம் இறுக்கத்தை வேண்டுமென்றே ஏற்படுத்திப் பின்னர் தளர்த்துவது ஒருவகை ரிலாக்சேஷன். பல மனவியல் மருத்துவர்கள் நம்மை இப்படித்தான் செய்யச் சொல்வார்கள். அல்லது அவர்களே நமக்குச் செய்துவிடுவார்கள். நம் வீட்டுப் பூனைகள் செய்வதும் இதுதான். முதலில் உடலை நீட்டி நிமிர்த்தி, இதற்கு மேல் முடியாது எனும்போது தளர விடுவது. உடலைக்கொண்டே உடலுக்கு ரிலாக்சேஷனை ஏற்படுத்துவது. இது ஆரம்ப வகை ரிலாக்சேஷன். உதாரணமாக, உள்ளங்கையை இறுக்கமாக மூடி, பின்னர் மெதுவாக, மிக மெதுவாக, ஒவ்வொரு விரலாக விடுவித்துப் பாருங்கள். உள்ளங்கை முற்றிலுமாக ரிலாக்ஸாவதை உணர முடியும்.

இது ஒருவகை ரிலாக்சேஷன். இது கொஞ்சம் அடிப்படை வகையைச் சேர்ந்தது. அகோரப் பசியாக இருக்கும்போது கஞ்சியோ கூழோ கிடைத்தால் குடிக்க மாட்டோமா? அது மாதிரி ரிலாக்சேஷன் இது. ஆனால் இதுவும் வேலை செய்யும்.

இன்னொரு வகை உள்ளது. இது கொஞ்சம் உயர்வானது. நல்ல இசை கேட்பது, வாய்விட்டுச் சிரிப்பது, கண்களுக்குக் குளிர்ச்சி கொடுப்பது இப்படி உடல் சார்ந்த சந்தோஷத்தை ஏற்படுத்திக்கொள்வது. 'நாலு கிலோ கறுப்புப் புளி, மஞ் சத்தூளுடா' என்று அந்தச் சிறுவன் பாடிக்கொண்டே ஓடும்போது நம் கண்கள் பார்க்கின்றன, நம் மனம் ரசிக்கிறது. நம்மை மறந்து சிரிக்கிறோம். அதன் மூலமாக ஒருவிதத் தளர்ச்சி

நிலை ஏற்படுகிறது. நமது ஐம்புலன் அனுபவத்தால் நம் மனம் ரிலாக்ஸாகிறது. உடலை விட்டும், மனதை விட்டும் டென்ஷன் போகிறது. உடலால் மனதைத் தளர்த்துவது என்று இதைச் சொல்லலாம்.

யாரையும் கொல்ல நினைக்காத 'கொல வெறி'ப் பாடல்மீதான நமது விருப்பமாக இது இருக்கலாம். 'ஒருதரம் முட்டினா தலை யில கொம்பு மொளைக்கும்' என்று சிறுபிள்ளைத்தனமாகச் சொல்லும் ஜெனீலியாவாக இருக்கலாம். சின்னத்திரையில் தோன்றும் பெரிய சைஸ் பெண்களாக இருக்கலாம். நாகூர் குலாப்ஜான், ஆம்பூர் பிரியாணி, முருகன் இட்லி, புது ஆடைகள், புதுக்காதலி, பெசன்ட் நகர் பீச் இப்படி எதுவாக, யாராக வேண்டுமானாலும் இருக்கலாம். கடந்த காலத்தைப் பற்றிய கவலையும், எதிர்காலத்தைப் பற்றிய அச்சமும் இல்லாமல், நிகழ் காலத்தில் நம்மை நிறுத்தி, நம் மனதுக்கு சந்தோஷம் கொடுக்கும் எதுவுமே நம்மை ரிலாக்ஸ் செய்கிறது.

இதுவரை இரண்டு வகையான ரிலாக்சேஷனைப் பார்த்திருக்கிறோம். முதல் வகை உடலால் உடலைத் தளர்த்துவது. இரண்டாம் வகை உடலால் மனதைத் தளர்த்துவது.

கோரிந்த் என்ற ஊருக்கு மகா அலெக்சாண்டர் வந்திருந்தார். அங்கிருந்த முக்கியப் புள்ளிகள் எல்லாரும் அலெக்சாண்டரைப் பார்த்து மரியாதை செய்தனர். ஆனால் டயோஜீனஸ் என்ற ஞானி மட்டும் வரவில்லை. ஆர்வத்தில் உந்தப்பட்டவராக அலெக்சாண்டரே அவரைப் பார்க்கத் தனது பரிவாரங்களுடன் சென்றார். டயோஜீனஸ் ஒரு ஆற்றங்கரையில் ஜாலியாகப் படுத்துக் கிடந்தார். உடம்பில் ஒட்டுத் துணிகூட இல்லை. அவரிடம் சென்ற அலெக்சாண்டர், "நான் உங்களுக்கு ஏதாவது செய்ய வேண்டுமா?" என்று கேட்டார். உடனே டயோஜீனஸ்,

“ஆமாம், என் மீது மாலை வெயில் பட்டுக்கொண்டிருந்தது. அதை அனுபவித்துக் கொண்டிருந்தேன். நீ வந்து அதை மறைத்துக்கொண்டு இப்போது நின்று கொண்டிருக்கிறாய். கொஞ்சம் தள்ளி நின்றால் நல்லது” என்றார்!

அலெக்சாண்டர் யாரென்று தெரிந்திருந்தும் அவரால் எப்படி அப்படிப் பேச முடிந்திருந்தது? ஏனெனில் அவர் முற்றிலுமாக ரிலாக்ஸ்டாக இருந்தார். (அவர் நிர்வாணமாக இருந்ததை இங்கே நான் குறிப்பிடவில்லை). அவர் உடலளவிலும் அதே சமயம் மனதளவிலும் மிகவும் ரிலாக்ஸ்டாக இருந்தார். அதனால்தான் அவரால் அப்படிப் பேச முடிந்தது. மரணம் பற்றிய அச்சம் அவரிடம் கொஞ்சம்கூட இல்லை. அந்த ட்டோடல் ரிலாக்சேஷன் அலெக்சாண்டரைத்தான் மாற்றியது. “நான் அலெக்சாண்டராக இருந்திராவிட்டால், டயோஜினஸாக ஆகியிருப்பேன்” என்று அவரை அது சொல்ல வைத்தது. பரிபூரண ரிலாக்சேஷனின் வெற்றி அது.

அதற்கு என்ன செய்ய வேண்டும்?

▼

7

பூப்பறிக்கக் கோடரி எதற்கு

ஆப்பிள் என்ற வாக்கியமும், ஷேக்ஸ்பியரின் நாடகமும் ஏபிசிடியால் ஆனதுதான். உடல் பாலபாடம். மனம் முனைவர் பட்டம்.

டயோஜீனஸ் மாதிரி நாமும் முழுமையாக ரிலாக்ஸாக வேண்டுமானால் என்ன செய்ய வேண்டும்? அவர் மாதிரி நிர்வாணமாக ஆற்றங்கரையில் படுத்துக்கொள்ள வேண்டும் என்று நிச்சயம் சொல்ல மாட்டேன். ஏனெனில் அப்படிச்செய்தால் ஒருவேளை நீங்கள் ரிலாக்ஸ் ஆகலாம். ஆனால் பார்ப்பவர்கள் டென்ஷனாகிவிடுவார்கள்! ரிலாக்சேஷன் என்பது ஆடைகளைக் கழற்றுவதல்ல. உண்மையில் ரிலாக்சேஷன் என்பது உடல் சார்ந்ததே அல்ல என்றுகூடச் சொல்லலாம்.

அப்படியானால் ஏற்கனவே உடலை வைத்து உடலை ரிலாக்ஸ் செய்வது, உடலை வைத்து மனதை ரிலாக்ஸ் செய்வது என்றெல்லாம் சொன்னாயே என்று நீங்கள் கேட்கலாம். ஆமாம் சொன்னேன். அதுவும் உண்மைதான். இதுவும் உண்மைதான். வரும் ஆனால் வராது என்பது வேண்டுமானால் சினிமா காமெடியாக இருக்கலாம். இருக்கு ஆனால் இல்லை என்பது நம்மைப் பற்றிய சத்தியம். எப்படி என்கிறீர்களா? சொல்கிறேன்.

உடல் இருப்பது எவ்வளவு உண்மையோ அதே அளவுக்கு அது இல்லை என்பதும் உண்மை. சற்று ஆழமாகப் பார்த்தால் உடல், மனம் இரண்டும் வேறுவேறு பொருளல்ல. கண்ணுக்குத் தெரியும் மனமே உடல், கண்ணுக்குத் தெரியாத உடலே மனம் என்கிறார் ஓஷோ. விஞ்ஞானமும் அப்படித்தான் சொல்கிறது. இதைத்தான் ஐன்ஸ்டீன் E = MC2 என்று கூறினார்.

உயிரணுக்களின் அமைப்பின், இயக்கத்தின் வேக தாளத்தைப் பொறுத்து ஒன்று கண்ணுக்குத் தெரியும், இன்னொன்று தெரியாது. வேகம் கூடக்கூட ஐம்புலன்களுக்குப் புலப்படாது. அப்படியானால் எல்லாமே வெறும் தோற்றம்தான். இந்த உண்மையைத்தான் நமது மரபு 'மாயா' என்று கூறியது. ஆனால் நமக்கு 'சாயா' குடிப்பதில் உள்ள ஆர்வம்கூட மாயா பற்றி இல்லை.

கொஞ்சம் எளிமையாகச் சொல்லவேண்டுமென்றால் மறுபடியும் புத்தரிடம்தான் போகவேண்டும். புத்தரிடம் ஒருவர் வந்து, "மனசே சரியில்லை. ரொம்பக் கவலையா, ரொம்பப் பயமா இருக்கு. உங்க ஒதவி வேணும்" என்று கேட்டாராம். பதிலுக்கு புத்தர், "சரி, உன் மனசு எங்கே இருக்கிறதென்று என்னிடம் காட்டு. நான் அதைச் சரி செய்துவிடுகிறேன்" என்று சொன்னாராம்! உதவி கேட்டவர் என்ன பதில் சொல்வதென்று தெரியாமல் விழித்தார்.

அவர் மட்டுமல்ல, மனம் என்ற ஒன்றை உடலுக்கு மேலே, உடலுக்கு உள்ளே என்று எங்கே தேடினாலும் கிடைக்கப் போவதில்லை. ஏனெனில் அது எந்தக் குறிப்பிட்ட இடத்திலும் இல்லை. வேறொரு விதமாகச் சொன்னால், அது உடல் முழுவதும் வியாபித்திருக்கிறது என்று சொல்லலாம். மனம், சிந்தனை எல்லாம் மூளையிலிருந்து வருவதாக நம்பிக்கொண்டிருக்கிறோம். அது உண்மையல்ல. நம் கை சிந்திக்கிறது, நம் காது சிந்திக்கிறது. நம் உடலில் அறிவு இல்லாத எந்த இடமும் இல்லை. மூளை என்ற உறுப்பு மட்டும்தான் தலைக்குள் இருக்கிறது. மூளை எனப்படும் அறிவானது நம் உடல் முழுக்க அணு அணுவாக வியாபித்துள்ளது.

உடலும் மனமும் பிரித்துப்பார்க்க முடியாதவை. இசையைப்போல. இருப்பதென்னவோ ஏழு ஸ்வரங்கள்தான். அவற்றைத்தான் மாற்றி மாற்றிப் போட்டு மாயமாளவ கௌள, பைரவி என்றெல்லாம் பாடிக்கொண்டிருக்கிறோம். குறிப்பிட்ட ஸ்வரக்கட்டுப்பாட்டமைப்பில் ராகங்களுக்கென்று தனியானதொரு உயிர்ப்பும் இருப்பும் வந்துவிடுவது மாதிரி உடல், மனம் என்ற பிரிவுகள் வந்துவிட்டன. ஏ ஃபார் ஆப்பிள் என்ற வாக்கியமும், ஷேக்ஸ்பியரின் நாடகமும் ஏபிசிடியால் ஆனதுதான். உடல் என்பது முன்னதைப் போன்றது. மனம் என்பது பின்னதைப் போன்றது. உடல் பாலபாடம். மனம் முனைவர் பட்டம். உடல் என்பது ஸ்ரீகணநாதா. மனம் என்பது ராகமாலிகை. இரண்டுமே உண்டுதான். ஆனாலும் இரண்டுமே ஒன்றுதான்.

நான் சொல்ல வரும் மூன்றாவது வகை ரிலாக்சேஷனுக்கு உங்களைத் தயார் செய்யத்தான் இவ்வளவும் சொல்ல வேண்டியுள்ளது. இந்த மூன்றாவது வகை ரிலாக்சேஷன் மற்ற இரண்டு வகையையும் விட உயர்வானது. மற்ற இரண்டும் உடல்வழியாகத் தொடங்குவது. இந்த மூன்றாவது வகை மனம் வழியாகத் தொடங்குவது. மலையுச்சிக்குக் கஷ்டப்பட்டு ஏறிப் போவதைப் போன்றது முதல் இரண்டு வகை ரிலாக்சேஷனும். மலையுச்சிக்கு ஹெலிகாப்டரில் போய் இறங்குவதைப் போன்றது மூன்றாவது வகை ரிலாக்சேஷன்.

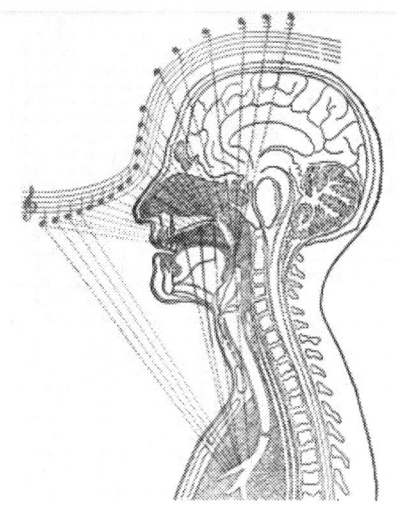

இதற்கிடையில் ஒரு கொசுறு ரிலாக்சேஷன் ஒன்று உள்ளது. அதையும் தெரிந்துகொண்டு மூன்றாவதுக்குப் போகலாம். இது கொசுறுதான் என்றாலும் 'லாஸ்ட் பட் நாட் லீஸ்ட்' ரகம். இதற்கு 'டிஃபரன்ஷியல் ரிலாக்சேஷன்' என்றும் பெயருண்டு.

ஒரு காரியத்தைச் செய்வதற்கு என்னென்ன உறுப்புகள் தேவையோ அவற்றை மட்டும் பயன்படுத்துவதுதான் டிஃபரன்ஷியல் ரிலாக்சேஷன். ஆமாம். செய்ய வேண்டிய வேலையை முறைப்படி செய்வதும் ரிலாக்சேஷன்தான்!

வேறு வார்த்தைகளில் சொன்னால், ஒரு காரியத்தைச் செய்வதற்கு எவ்வளவு சக்தி தேவையோ, அவ்வளவு சக்தியை மட்டும் பயன்படுத்துவதுதான் டிஃபரன்ஷியல் ரிலாக்சேஷன்.

"பூப்பறிக்கக் கோடரி எதற்கு?" என்று வைரமுத்துவின் அருமையான பாடல் வரி ஒன்று இருக்கிறது தெரியுமில்லையா? டிஃபரன்ஷியல் ரிலாக்சேஷனை விளக்கும் பாடல் வரி என்று அதைச் சொல்லலாம். மிக அழகாக ஒரு உண்மையை அது சொல்கிறது. ஆம். நாம் அனைவருமே பூப்பறிக்கக் கோடரியைத்தான் பயன்படுத்திக்கொண்டிருக்கிறோம்! எப்படி என்கிறீர்களா? சொல்கிறேன்.

நீங்கள் ஒரு நாற்காலியில் உட்கார்ந்து புத்தகம் ஒன்றைப் படித்துக் கொண்டிருக்கிறீர்கள். அதுவும் வாய்விட்டு. உங்கள் இரண்டு தொடைகளையும் ஆட்டிக் கொண்டே. அப்போது உங்கள் நண்பர் வந்து அழைக்கிறார். "இரு, இரு, இரு, வரேன்" என்று கூறுகிறீர்கள்.

நீங்கள் செய்யும் காரியம் என்ன தெரியுமா? கோடரியால் பூப்பறித்துக் கொண்டிருக்கிறீர்கள். எப்படி என்கிறீர்களா? நீங்கள் செய்யும் காரியத்துக்குத் தேவையில்லாத பல உறுப்புகளைப் பயன்படுத்திக்கொண்டிருக்கிறீர்கள். புத்தகம் படிப்பதற்கு என்ன தேவை? வாக்கியங்களைப் படிக்கக் கண்களும், பக்கங்களைப் புரட்டுவதற்கு விரல்களும். அவ்வளவுதான். ஆனால் நீங்கள் என்ன

46 | மந்திரச்சாவி

செய்கிறீர்கள்? உங்கள் இரண்டு கால்களையும், தொடைகளையும் தேவையில்லாமல் ஆட்டிக் கொண்டிருக்கிறீர்கள். புத்தகம் படிப்பதற்குத் தொடை ஏன் ஆடவேண்டும். படிக்கும்போது 'ஆடாதொடை' இருந்தால் போதாதா?

அதுமட்டுமா? வாயால் வேறு படிக்கிறீர்கள். நீங்கள் சின்னப் பையனாக அல்லது குட்டிப் பெண்ணாக இருந்தால் வாய்விட்டுப் படிப்பதை அனுமதிக்கலாம். எழுத்தும் வார்த்தைகளும் பிடிபட வேண்டும் என்பதற்காக. ஆனால் நீங்களோ கல்லூரியில் படிக்கும் அல்லது வேலை பார்க்கும் இளைஞர். நீங்கள் ஏன் வாய்விட்டுப் படிக்கவேண்டும்? அதுமட்டுமா? உங்கள் நண்பரின் அழைப்புக்கு "இரு, வரேன்" என்று சொல்லியிருக்கலாம். "இரு" என்ற சொல்லை மூன்று முறை ஏன் பயன்படுத்தினீர்கள்? இப்போது புரிகிறதா, பூப்பறிக்க நீங்கள் எப்படிக் கோடரியைப் பயன்படுத்துகிறீர்கள் என்று?

தேவையில்லாமல் உடல் உறுப்புகளைப் பயன்படுத்துவதும், தேவைக்கு அதிகமாக உடல் உறுப்புகளைப் பயன்படுத்துவதும் சக்தி விரயம். சக்தியை விரயம் செய்யாமல் எந்தக் காரியத்துக்கு எந்த உறுப்பு அல்லது உறுப்புகள் தேவையோ அதை அல்லது அவற்றை மட்டும் தேவையான அளவு பயன்படுத்துவதுதான் டிஃபரன்ஷியல் ரிலாக்சேஷன். சரியா?

கொஞ்சம் உக்கிரமாகப் பார்த்தாலே வாடிவிடக் கூடியவை பூக்கள். எனவே தூக்கிப் போடுங்கள் உங்கள் கோடரிகளை. வாருங்கள், ஹெலிகாப்டரில் மலையுச்சிக்குப் போகலாம்.

▼

8

ரிலாக்சேஷன் எனும் வெளிச்சம்

ஆன்மாவின் தன்மை எப்போதுமே ரிலாக்ஸ்டாக இருப்பது! அப்படி ரிலாக்ஸ் செய்வதற்கு கற்பனையின் உதவி அவசியம்.

"**வா**ப்பா, நீ வெளிச்சமா வருவியா, இருட்டா வருவியா?"

இந்தக் கேள்வி கேட்கப்பட்டபோது நான் சிங்கப்பூரில் இருந்தேன். நானும் என் தம்பியும் தம்பியின் வீட்டிலிருந்து வெளியே கிளம்பிக்கொண்டிருந்தோம். அப்போது எங்களை நிறுத்தியது இந்தக் கேள்வி. கேள்வி கேட்டது என் தம்பி மகன். அப்போது அவனுக்கு வயது ஐந்து அல்லது ஆறு இருக்கும்.

கவிதை என்றால் என்ன என்ற கேள்விக்கு அறிஞருலகம், கவிதை என்பது இதுதான், கவிதை என்பது அதுதான் என்று முரண்பட்ட வரையறைகளைச் சொல்லிக்கொண்டும் குழப்பிக் கொண்டும் இருக்கும் காலகட்டத்தில் ஒரு சின்னப் பையனிடமிருந்து ஒரு அழகான கவிதை! அவன் சொன்னது எனக்குப் புரிந்தும் புரியாமலும் இருந்தது. கவிதையின் அழகே அதுதானே!

என்றாலும் அவன் சொன்ன ஒருவரிக் கவிதையின் அர்த்தம் என்ன என்று தெரிந்து கொள்ள ரொம்ப ஆவலாக இருந்தது. நான் என் தம்பியைப் பார்த்தேன். "வெளிச்சமாத்தான் வாப்பா வருவேன்" என்று தம்பி பதில் கவிதை சொல்லவும் மகன் புரிந்துகொண்டு அமைதியானான். (பையன் சொன்ன "வாப்பா" தந்தையையும், தந்தை சொன்ன "வாப்பா" மகனையும் குறிக்கும்). மகனுக்குப் புரிந்துவிட்டது.

நாகூர் ரூமி | 49

ஆனால் எனக்குத்தான் புரியவில்லை. என் ஆச்சரியம் அதிகமானது. கேட்டேன்.

சிரித்துக்கொண்டே தம்பி சொன்ன பதில்: "அது ஒன்னுமில்ல. இருட்டும் முன்னே வருவியா, இருட்டின பிறகு வருவியான்னு கேக்குறான்".

அடடா, அதை இப்படிக்கூடக் கேட்க முடியுமா என்று வியந்தேன். ஆனால் அவன் சொன்னது என்னைப் பொருத்தவரை ஒரு அழகான கவிதைதான். மனிதர்கள் ஒன்று இருட்டில் இருக்கிறார்கள். அல்லது வெளிச்சத்தில் இருக்கிறார்கள். ஒன்று டென்ஷனில் இருக்கிறார்கள். அல்லது ரிலாக்சேஷனில் இருக்கிறார்கள். ஆமாம். டென்ஷன் என்பது இருட்டுதான்.

ரிலாக்சேஷன் என்பது நிச்சயமாக வெளிச்சம்தான். ஏனெனில் ரிலாக்ஸ்டாக நாம் இருக்கும்போதுதான் நமது பிரச்சனைக்கான தீர்வுகள் மனதின் கண்களுக்குத் தெரியும். நம் ஆசைகள் நிறைவேறுவதற்கான வழிகள் புலப்படும். வெளிச்சத்தில்தானே எல்லாம் தெரியும்? கதவு திறந்திருக்கலாம். ஆனால் இருட்டில் இருந்தால் கதவு திறந்திருப்பதோ, கதவு என்று ஒன்று இருப்பதோகூடத் தெரியாமல் போகலாமல்லவா? டென்ஷனில்

இருந்தாலும் அப்படித்தான். பிரச்சனைக்குத் தீர்வு ஒன்று இருப்பதோ, அது இருக்கும் திசையோ எதுவுமே டென்ஷன் என்ற இருட்டில் தெரியாது.

இருட்டை விரட்ட விளக்கேற்றுவதுதான் வழி. விடியும்போது விடியட்டும் என்று காத்திருக்க முடியாது. நாம் ஏற்படுத்திக்கொண்ட இருட்டை நாம்தான் விரட்ட வேண்டும். மனசே ரிலாக்ஸ் ப்ளீஸ் என்று மனதிடம் கெஞ்சிக்கொண்டு இருக்கக்கூடாது. ஏனெனில் நாம் என்பது உடலையும் மனதையும் கட்டுப்படுத்தும் சக்தி. எனவே ரிலாக்சேஷன் என்ற விளக்கை ஏற்ற வேண்டியது அவசியம்.

இரண்டு வகையான ரிலாக்சேஷனையும், கொசுறாக டிஃபரன்ஷியல் ரிலாக்சேஷனையும் பற்றித் தெரிந்துகொண்டோம். இப்போது மிக உயர்ந்த மூன்றாம் வகை ரிலாக்சேஷன்.

மனம் என்ற நுட்பமான சக்தியால் உடல் என்ற அடர்த்தி அதிகமான ஆனால் நுட்பம் குறைந்த ஒன்றைத் தளர்த்தும் முறை இது. கண்ணுக்குத் தெரியாததை வைத்து கண்ணுக்குத் தெரிவதை இயக்குவது. மின்சாரத்தை வைத்து மின்விசிறியை சுழல விடுவது மாதிரி. மிக உயர்ந்த வகை ரிலாக்சேஷன் என்றாலும் இதுவும் எளிமையான பயிற்சிதான்.

பயிற்சி

கண்களை மூடிக்கொண்டு, தலையிலிருந்து கால் வரை மனதால், அதாவது கற்பனையால், கவனித்துக் கொண்டே வரவேண்டும். உதாரணமாக, கண்களை மூடிக்கொண்டு, தலைப்பகுதி எப்படி இருக்கிறதென்று கவனியுங்கள். தலை முடி எப்படியெல்லாம் அலைகிறது, அல்லது அலையவில்லை, காற்று எங்கெல்லாம் படுகிறது அல்லது படவில்லை, மண்டையில் ஏதேனும் உணர்வுகள் ஏற்படுகின்றனவா, எங்காவது அரிக்கிறதா, எங்காவது வலிக்கிறதா, எங்காவது கனமாக உள்ளதா, எங்காவது லேசாக உள்ளதா இப்படிக் கவனித்துக் கொண்டே இருப்பது. இப்படிச் செய்தால் கொஞ்ச நேரத்தில் தலைப்பகுதி முழுவதும் ரிலாக்ஸ்ட் ஆகிவிடும். அப்படியே கவனத்தைக் கொஞ்சம் கொஞ்சமாக இறக்கி பாதம் வரை செல்லலாம். இப்படிச் செய்யும்போது உடலை அசைக்காமல், நேராக அமர்ந்துகொண்டோ அல்லது மல்லாக்கப் படுத்துக்கொண்டோ இருக்க வேண்டும். துவக்க காலத்தில் நேராக அமர்ந்துகொண்டு செய்வதே நல்லது. படுத்துக்கொண்டே ஜெயிப்பேன் என்று அடம்பிடிப்பது நல்லதல்ல.

இப்படி உடல் முழுக்க ரிலாக்ஸ் செய்வதற்குச் சில நிமிடங்கள் ஆகலாம். கொஞ்சநேரம் செய்வதற்குள் 'போர்' அடிக்கும்.

செய்தது போதும் என்று தோன்றும். அதுதான் மிக முக்கியமான நேரம். நீங்கள் உடைந்து போகும் நேரம். நீ உருப்படவே கூடாது என்று உங்கள் பழைய வாழ்க்கை உங்களை உடைக்கும் நேரம். பழைய வாழ்க்கைக்கே திரும்பு என்று உங்கள் பழக்கம் உங்களை சங்கிலி போட்டு இழுத்துக் கொண்டு போகும் நேரம். அப்போதுதான் ரொம்பவும் கவனமாக இருக்க வேண்டும். இல்லையென்றால் எல்லாமே கெட்டுவிடும். அந்த நேரத்தை 'ப்ரேக்கிங் பாய்ண்ட்' என்று கூறுகிறார்கள்.

நம் வாழ்க்கையில் நாம் முன்னேறுவதற்காக எந்தக் காரியம் செய்தாலும், அதைத் தொடர்ந்து செய்ய முடியாமல், ஒரு மனத்தளர்வு ஏற்படும். அதுதான் ப்ரேக்கிங் பாய்ண்ட். அந்தப்

புள்ளியில் 'ப்ரேக்' ஆகாதவர்களே வெற்றி பெறுவார்கள். வேறு வார்த்தைகளில் சொன்னால், அந்த 'ப்ரேக்கிங் பாய்ண்ட்'டை நாம் 'ப்ரேக்' செய்யவேண்டும்! ஆமாம்.

ஆனால் இந்தக் காரியம் இலகுவானதா? நிச்சயமாக இல்லை. இந்த உலகில் செய்யப்படும் எந்தக்காரியமும் இலகுவானதில்லை. மூச்சுவிடுவது இலகுவானதா? சாப்பிடுவது இலகுவானதா? தண்ணீர் குடிப்பது இலகுவானதா? இப்படி நான் கேட்டுக்கொண்டே போனால், என்னை ஒரு பைத்தியக்காரன் என்று நீங்கள் நினைக்கும் வாய்ப்புண்டு. இதென்ன கேள்வி,

எல்லாமே இலகுவானதுதானே என்று சொல்வீர்கள் அல்லது நினைப்பீர்கள்.

ஆனால் ஒரு ஆஸ்துமா நோயாளியைக் கேட்டுப் பாருங்கள். சாதாரணமாக மூச்சுவிடுவது எவ்வளவு கஷ்டம் என்று அவர் விளக்குவார். வாயில் அல்சர் வந்து அவதிப்படுபவரிடம் கேட்டுப் பாருங்கள். சாப்பிடுவது எவ்வளவு கஷ்டம் என்று அவர் உங்களுக்கு வகுப்பெடுப்பார். கடுமையான காய்ச்சலினால் அவதிப்படுபவரிடம் கேட்டுப் பாருங்கள். தண்ணீர் குடிப்பது எவ்வளவு பெரிய சாதனை என்று அவர் சொல்வார். எனவே எந்தக் காரியமும் அதனளவில் இலகுவானதோ கடினமானதோ அல்ல. காரியமாற்றுபவரைப் பொறுத்து அது கடினமாகவோ இலகுவாகவோ அமைகிறது என்பதுதான் உண்மை.

எனவே அதீத கவனமும் தீவிர அக்கறையும் கொண்டவர்கள் மட்டுமே மனதால் உடலை ரிலாக்ஸ் செய்யும் காரியத்தில் வெற்றியடைவார்கள். நம்முடைய கவனம் முழுவதும் ரிலாக்ஸ் செய்வதிலேயே இருக்க வேண்டும். வெளி உலகத்தின் எந்த சப்தமும் நம்மை அசைத்துவிடக் கூடாது. தண்ணீருக்குள் இங்கும் அங்கும் அலைந்து கொண்டிருந்தாலும், ஆமையின் கவனம் முழுவதும் தரையில் இட்டு வந்த முட்டைகளைப் பற்றியே இருக்குமாம். மீன் பிடிப்பதற்காகத் தூண்டில் போட்டுக் காத்திருக்கும்போது ரொம்ப கவனமாகத் தூண்டிலையே பார்த்துக் கொண்டிருப்போம். மிதவையின் கீழே இருக்கும் புழுவை உணவு என்று நினைத்து மீன் கவ்வினால் மிதவையில் அசைவு ஏற்படும். அப்போதுதான் தூண்டிலை இழுக்க வேண்டிய தருணம். அப்போது கவனக் குறைவாக இருந்தால் மீனும் போய்விடும் புழுவும் போய்விடும்.

ரிலாக்சேஷன் செய்யும்போது நமக்கு இத்தகைய கவனம்தான் தேவை. முழுமையான ரிலாக்சேஷன் பழகிவிட்டால் நாம் நமது ஆன்மாவின் குணாம்சத்தைக் கற்றுக்கொண்டுவிட்டோம் என்று அர்த்தம். ஏனெனில் ஆன்மாவின் தன்மை எப்போதுமே ரிலாக்ஸ்டாக இருப்பது!

உச்சி முதல் உள்ளங்கால் வரை இப்படி ரிலாக்ஸ் செய்வதற்கு கற்பனையின் உதவி அவசியம். கற்பனை இல்லாமல் இது சாத்தியமில்லை. கற்பனை இல்லாமல் எதுவுமே சாத்தியமில்லை. கண்களை மூடிக்கொண்டு எப்படி நாம் நம் முகத்தைப் பார்க்க முடியும்? கற்பனையால்தானே? அப்படியானால் கற்பனையை வளர்க்கும் வழியைத் தெரிந்துகொள்ளவேண்டும். அதற்கு முதலில் கற்பனை என்றால் என்ன என்றும், அது என்னென்ன தரும் என்றும் தெரிந்துகொள்ள வேண்டுமல்லவா?

9

கற்பனை என்பது அழகான லைலா

உன்னுடைய பயம்தான் உன்னுடைய ஆசையா மாறியிருக்கு. உன்னுடைய ஆசை திரும்பத் திரும்ப நினைக்கப்பட்டு தீவிரமாகி, ஒரு வேண்டுதலாக மாறிடுச்சு

தண்ணீரா? அப்படியென்றால் என்ன? என்று கேட்டதாம் கடலில் வாழ்ந்துகொண்டிருந்த மீன் ஒன்று. கற்பனை என்றால் என்ன என்று கேட்பதும் இதைப்போன்றதுதான். நமது வாழ்க்கை என்பதே எல்லாத் திசைகளிலும் நம்முடைய மற்றும் மற்றவர்களுடைய கற்பனையால் ஆனதே. என்ன ஆச்சரியமாக உள்ளதா? ஆச்சரியம், ஆனால் உண்மை.

உண்மை! இந்த வார்த்தையைச் சொன்னவுடன் இன்னொரு விஷயத்தையும் சொல்லத் தோன்றுகிறது. கற்பனையும் உண்மையும் எதிர் எதிரானவை என்று நாம் நினைத்துக்கொண்டிருக்கிறோம். ஆனால் உண்மையைச் சொன்னால், உண்மைக்கு இன்னொரு பெயர்தான் கற்பனை! ஆமாம். வேறு வார்த்தைகளில் சொன்னால், கற்பனை என்பது திரை போடப்பட்ட உண்மை. முகத்திரை அணிந்த அழகான லைலா. ஆனால் அவள் முகத்திரையை விலக்கிப் பார்க்க வேண்டுமென்றால் நீங்கள் அவள் காதலனாக, மஜ்னூனாக இருக்க வேண்டும். முதலில் அவளை உங்களவளாக்கிக்கொள்ள வேண்டும். அப்போதுதான் அவள் முகத்திரையை அகற்றி அந்த அழகைப் பார்க்கும் உரிமை உங்களுக்கு வரும். நான் என்ன சொல்ல வருகிறேன் என்று புரிகிறதா?

நீங்கள் ஒரு காதலனாக இருக்கும் பட்சம் உங்கள் காதலியைப் பற்றி ஒரு நாளில் எத்தனை

முறை நினைப்பீர்கள் என்று கேட்டால் சிரிப்பீர்கள். ஏனெனில் கேள்வியே தப்பு. நாள் முழுவதும் அவளைப் பற்றித்தான் நினைத்துக்கொண்டிருப்பீர்கள். முப்பொழுதும் அவள் கற்பனைதான். சரி. ஒருவகையில் கற்பனை என்பதும் காதலி மாதிரிதான். ஞானிகளும், விஞ்ஞானிகளும் அப்படித்தான் கற்பனை செய்தார்கள். மின்சார விளக்கு உருவாக்குவதைப்பற்றி ஒரு நாளைக்கு அரை மணி நேரம் கற்பனை செய்யவேண்டும் என்று ஷெட்யூல் போட்டுக்கொண்டிருந்தால் ஏழு ஜென்மத்துக்கு முயற்சி செய்திருந்தாலும் எடிசனால் மின்சார பல்பைக் கண்டுபிடித்திருக்க முடியாது. ஐன்ஸ்ட்டீனால் சார்புத் தத்துவத்தைக் கொடுத்திருக்க முடியாது. இருபத்தி நான்கு மணி நேரமும் அவர்கள் மூளைக்குள், நரம்புகளுக்குள், ரத்தத்துக்குள், எலும்புகளுக்குள் எல்லாம் ஒரே சிந்தனைதான்

ஓடிக்கொண்டிருந்தது. அதனால்தான் அவர்களால் சாதனைகள் செய்ய முடிந்தது.

நமக்கும் கற்பனை என்பது நாள்பூராவும் இருந்துகொண்டேதான் உள்ளது. ஆனால் அவர்களுக்கும் நமக்கும் உள்ள ஒரு வித்தியாசம், அவர்கள் கற்பனை ஒருமுகப்பட்டது. ஒரு புள்ளியில் குவிக்கப்பட்டது. நமது கற்பனையோ ஆங்காங்கே சிந்தியும், சிதறியும் கிடப்பது. ஆங்கிலத்தில் மனிதர்களை peak performers என்றும் weak performers என்றும் இரண்டுவிதமாக வகைப்படுத்துகிறார்கள். ஒருமுகப்படுத்தப்பட்ட சிந்தனை/

கற்பனை கொண்டவர்கள் சாதனையாளர்கள். அப்படியெல்லாம் செய்யத்தெரியாத நாமெல்லாம் வேதனையாளர்கள். அதாவது 'வீக் பெர்ஃபாமர்ஸ்'. ஒரு நாளில் நமக்குக் கிட்டதட்ட 60,000 எண்ணங்கள் வருவதாகக் கண்டுபிடித்துள்ளார்கள்! நம் எண்ணங்கள் எவ்வளவு தூரம் சிதறிக்கிடக்கின்றன என்று இதிலிருந்து தெரிந்து கொள்ளலாம்!

எல்லோரும் எடிசனாகவோ ஏசுவாகவோ இருக்க முடியுமா? முடியாது. அவசியமும் இல்லை. ஆனால் நம்மளவில் நமது பிரச்சனைகளைத் தீர்க்கிற, நமது நியாயமான ஆசைகளை நிறைவேற்றுகிற சாதனையாளர்களாகவாவது நாம் இருக்கலாமல்லவா? அதற்கும் சிந்தாத, சிதறாத கற்பனை வேண்டும். ஏனெனில், ஒரு மனிதனால் எதைக் கற்பனை செய்ய முடியாதோ, அதை அவனால் அடையவே முடியாது. அப்படியானால், இதுவரை நம் வாழ்வில் நாம் எதையெல்லாம் அடைந்திருக்கிறோமோ அதையெல்லாம் பற்றித் தெரிந்தோ தெரியாமலோ கற்பனை செய்திருக்கிறோம் என்று அர்த்தம்.

ஒரு சின்ன எளிமையான உதாரணம் சொல்கிறேன். ஒருமுறை என் குருநாதரைப் பார்க்க ஒரு பெண்மணி வந்திருந்தார். சமுதாயத்தில் உயர்ந்த அந்தஸ்தில் இருந்த அவருக்கு அவருடைய கணவரோடு பிரச்சனை ஏற்பட்டுப் பிரிந்திருந்தார்.

"எல்லாத்துக்கும் நீதாம்மா காரணம்" என்றார் என் குருநாதர்.

"நா எப்படிக் காரணமாவேன்? என் கணவர் என்னிடமிருந்து பிரிந்து போக வேண்டுமென்று நானே விரும்புவேனா?" என்று அவர் கேட்டார். எனக்கும் அந்தக் கேள்வி ரொம்ப நியாயமானதாக இருந்தது. குருநாதரின் பதிலைத் தெரிந்துகொள்ள ஆவலாக இருந்தேன்.

"நீ விரும்பியிருக்கேன்னு நா சொல்லலை. ஆனா, இப்டி ஆயிடுமோ, அப்டி ஆயிடுமோ அப்டீன்னு பயந்திருக்கியா?" என்று கேட்டார்.

"ஆமா, ரொம்ப பயந்திருக்கேன். அடிக்கடி, ஏன், நாள் முழுக்க எனக்கு அந்த மாதிரியான பயம் இருந்திருக்கு" என்று அப்பெண்மணி கூறினார்.

"அதெத்தான் சொன்னேன். உன்னுடைய பயம்தான் உன்னுடைய ஆசையா மாறியிருக்கு. உன்னுடைய ஆசை திரும்பத் திரும்ப நினைக்கப்பட்டு தீவிரமாகி, ஒரு வேண்டுதலாக மாறிடுச்சு. எப்ப ஒரு மனிதன் ஆத்மார்த்தமா தெரிஞ்சோ தெரியாமலோ ஆசைப்படுகிறானோ, அந்த ஆசையை ஆண்டவன் நிச்சயம் நிறைவேத்தி வைப்பான். அதுதான் உன்

விஷயத்துல நடந்திருக்கு. உன் கணவர் ஒன்னை விட்டுப் பிரிஞ்சு போனதுக்கு முக்கியமான காரணம் உன் ஆசைதான். ஐ மீன், உன்னுடைய பயம்தான். எண்ணத்தின் அல்லது கற்பனையின் சக்தி இதுன்னு சொல்லலாம். எண்ணம், கற்பனை, சிந்தனை, ஆசை, பயம், பொறாமை, கோபம், காதல், காமம் எல்லாமே ஒரே குடும்பத்தைச் சேர்ந்தவைதான்" என்று அவர் சொன்னபோது என் மண்டைக்குள் ஒரு சூரியன் எழுந்தது.

எந்த மனிதனாலும் சிந்திக்காமல் இருக்க முடியாது. அதாவது எதைப்பற்றியாவது நினைக்காமல் இருக்க முடியாது. ஒரு பூனையோ யானையோ சிந்திக்குமா? மனிதனையும் மற்ற படைப்பினங்களையும் பிரித்துக் காட்டும் முக்கியமான எல்லைக்கோடு சிந்தனைதான். (மிருகங்கள் இதற்கு ஆட்சேபனை தெரிவிக்கும் பட்சத்தில் இக்கருத்தை மாற்றிக்கொள்ளலாம்).

சில அல்லது பல நேரங்களில் மனிதனுடைய சிந்தனையானது கற்பனை என்ற தளத்துக்கு உயர்ந்துவிடுகிறது. பறவையைக் கண்டான், விமானம் படைத்தான் என்ற பாட்டு தெரியும்தானே? பறவையைக் கண்டவுடன் ரைட் சகோதரர்களின் கற்பனை சிறகு விரித்துவிட்டது. அதன் விளைவு? ஏர் இந்தியா, சிங்கப்பூர் ஏர்லைன்ஸ், ஜெட் ஏர்வேஸ் என்று நாம் இன்று பறந்துகொண்டிருக்கிறோம். இன்றைய உண்மைகள் எல்லாமே நேற்றைய கற்பனைகள்தான். "காசி நகர்ப்புலவர் பேசும் உரைதான் / காஞ்சியில் கேட்பதற்கோர் கருவிசெய்வோம்" என்று பாரதி பாடியது வானொலி அல்லது அலைபேசி பற்றிய தீர்க்கதரிசனக் கற்பனையல்லவா?

வின்சன்ட் வான்கோ என்று உலகப்புகழ் பெற்ற ஓவியர் இருந்தார். தனது சின்ன வாழ்வை வண்ணங்கள் தீட்டுவதிலேயே கழித்தவர். 37 வயதில் தற்கொலை செய்துகொண்டு இறந்துபோன அவர் வாழ்க்கை வறுமையில் அழிந்தது. ஆனால் அவர் இறந்த பிறகு இந்த உலகம் அவரை வியந்து போற்றியது. சாப்பாட்டுக்கே கஷ்டப்பட்ட வான்கோவின் ஓவியங்கள் அவரது மறைவுக்குப் பிறகு 100 மில்லியன் டாலர் வரை விலைபோயின. இவ்வளவு புகழுக்கும் காரணம் ஆச்சரியமூட்டும் வண்ணங்களின் கலவையில் வெளிப்பட்ட அவரது அபாரக் கற்பனைதான்.

“ஸ்டாரி நைட் ஓவர் த ரோன்” என்ற தலைப்பில் அவர் ஓர் ஓவியம் வரைந்தார். அதில் என்ன விஷேசம் என்றால், ரோன் ஆற்றில் பிரதிபலித்த நட்சத்திரங்களெல்லாம் சுருள் சுருளாக ஸ்பைரல் வடிவத்தில் இருந்ததுதான்!

அதைப் பார்த்த சக ஓவியர்கள், நீ என்ன லூஸா? நட்சத்திரம் என்ன வடிவம் என்றுகூட உனக்குத் தெரியாதா என்று கேட்டனர். அதற்கு வான்கோ, “தெரியும். ஆனால் நான் என் கண்ணால் பார்த்து வரையவில்லை. என் மனதைக் கேட்டு வரைகிறேன். என் மனதுக்கு அவை ஸ்பைரல்களாகத்தான் தெரிகின்றன. நான் என்ன செய்ய?” என்று பதில் சொன்னார்.

நட்சத்திரங்கள் ஸ்பைரல் வடிவம் கொண்டவை என்று இந்த நூற்றாண்டின் விஞ்ஞானம் கூறியது! வான்கோவின் கண்களுக்கு எப்படி நட்சத்திரத்தின் உண்மையான வடிவம் தெரிந்தது? அவர் கண்கள் கற்பனையின் கண்கள். அவை திரையை விலக்கிவிட்டுப் பார்த்துவிட்டன. தூரதிருஷ்டிகொண்டது கற்பனை. தீர்க்க தரிசனம் கொண்டது கற்பனை. இறைவனது ஆற்றலின் இன்னொரு வடிவம்தான் கற்பனை. இந்தப் பிரபஞ்சமும் அதில் உள்ளவைகளும் இறைவனின் கற்பனைதானே? கற்பனை என்பது உண்மைதான். உண்மை என்பது கற்பனைதான்.

▼

10
கற்பனை போதும் ஜெயிக்க

இன்றைய ரொபோடிக்ஸின் முன்னோடி ஹோமர் என்று அறியவரும்போது எப்படி ஆச்சரியப்படாமல் இருக்க முடியும்?

ஹீப்ரு மொழியில் கற்பனை என்பதைக் குறிக்கும் சொல் "எட்ஸர்" அல்லது "எட்ஸிரா" என்று சொல்கிறார்கள். அதற்கு "படைப்பு" என்று பொருளாம். எல்லா படைப்பும், அது தெய்வத்தின் படைப்பாக இருந்தாலும் சரி, மனிதப் படைப்பாக இருந்தாலும் சரி, கற்பனையோடு தொடர்பு கொண்டது என்ற குறிப்பு அந்த சொல்லில் உள்ளது ஆச்சரியமே.

கற்பனை என்றவுடன் எனக்கு நினைவுக்கு வருவது நம்நாடுதான். இந்தியர்களைவிடக் கற்பனையில் சிறந்தவர்கள் இந்த உலகில் இருக்க முடியுமா என்று தெரியவில்லை. ஒரேயொரு மகாபாரதம் போதும் நமது கற்பனை வளம் என்னவென்று நமக்கும் இந்த உலகுக்கும் காட்டுவதற்கு. மார்க்யூஸ், மாஜிகல் ரியலிஸம் என்றெல்லாம் பேசுகிறோம். ஆனால் இந்தியக் கற்பனை மரபுக்கு முன் எதுவும் நிற்கமுடியாது என்றே கூறலாம்.

மகாபாரதத்தில் அஷ்டாவக்கிரன் கதை ஒன்று உண்டு. கஹோடனுக்கும் அவருடைய குருவான ரிஷி உத்தாலகனின் மகள் சுஜாதாவுக்கும் உருவாகிறான் அஷ்டாவக்கிரன். அஷ்டாவக்கிரன் என்றால் எட்டுக் கோணல் என்று பொருள். தன் தந்தையும் தாத்தாவும் வேதங்களுக்குச் சொல்லும் விளக்கங்களையெல்லாம் சுஜாதாவின் வயிற்றில் இருந்தே அஷ்டாவக்கிரன் கேட்டுக்கொண்டு வருகிறான். தாத்தா மிக அருமையாக விளக்கம் கொடுப்பதும், தந்தையின் விளக்கங்களில் சில தவறுகள் இருப்பதையும் புரிந்துகொள்ளும்

கரு, அம்மாவின் வயிற்றில் இருந்துகொண்டே தந்தையின் தவறுகளைத் திருத்த முயல்கிறது. அதனால் கோபமடையும் உத்தாலகன் மகனை எட்டு கோணல் கொண்டவனாகப் பிறக்கும்படி சபிக்கிறான். அவனும் அப்படியே பிறக்கிறான். அதனால் அவன் அஷ்டாவக்கிரன் எனப்படுகிறான்.

உடலுக்கும் மனதுக்கும், நமக்கும் இந்தப் பிரபஞ்சத்துக்கும் இருக்கும் அற்புதமான தொடர்பை விளக்கும் அழகான கற்பனைக்கதைகளில் இதுவும் ஒன்று.

அழகான கொழுகொழு குழந்தைகளை எந்நேரமும் கற்பனை செய்யும் தாய்மார்களுக்கு அழகான குழந்தைகள் பிறக்கும் சாத்தியம் உள்ளது. அதனால்தான் கிரேக்கர்கள் உடலழகும் முக அழகும் கொண்ட ஆண் அல்லது பெண் கடவுளரின் சிலைகளைக் கர்ப்பிணிப் பெண்களின் அறைகளில் வைத்தனர்.

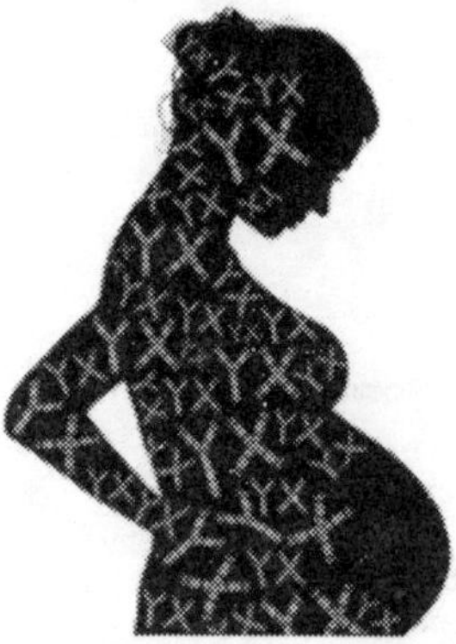

நம் நாட்டு கர்ப்பிணிப் பெண்கள் அடிக்கடி வயிற்றில் இருக்கும் குழந்தையுடன் மனதால் பேசிக்கொண்டே இருப்பார்கள். ஏன், வாயால்கூடப் பேசுவார்கள். குழந்தையிடம் பேசினால் அதற்குப் புரியுமா என்ற கேள்வியெல்லாம் எழாது. இதயத்துக்குத் தர்க்கமெல்லாம் தெரியாது.

கர்ப்பிணிப் பெண்களை முடிந்தவரை சந்தோஷமாக வைத்திருக்க வேண்டும் என்று நம் பாரம்பரியம் கூறுகிறது. ஏன்? அவர்கள் மனம் சந்தோஷமாக இருந்தால்தான் அவர்களுடைய சிந்தனை அல்லது கற்பனை ஆரோக்கியமானதாக இருக்கும். அது ஆரோக்கியமானதாக, அழகானதாக இருந்தால்தான் பிறக்கும் குழந்தையும் ஆரோக்கியமானதாக இருக்கும். இல்லையெனில் அஷ்டாவக்கிரம்தான். அதுதான் கதையின் குறிப்பு. சாபம் என்பதும் வரம் என்பதும் சக்தி மிகுந்த வார்த்தைகளின் விளைவு அல்ல. சக்தி மிகுந்த கற்பனையின் விளைவு. அது வார்த்தையாக வெளிப்பட்டாலும் சரி, வெளிப்படாவிட்டாலும் சரி.

99 சதவீதம் பாஸ் பண்ணிடுவேன் என்று ஒருவர் சொன்னால், ஒரு சதவீதம் பாஸ் பண்ண மாட்டேனோ என்ற அச்சம் இருக்கிறதென்று பொருளல்லவா? ஆனால் அந்த ஒரு சதவீதம் என்பது *99*ஐயும் அழித்துவிடும் ஆற்றல் கொண்டது. பயம், கவலை இவையெல்லாம் எப்படி ஆசையாகவும் பிரார்த்தனையாகவும் மாறிவிடும் என்பதற்கான உதாரணத்தை ஏற்கனவே பார்த்தோம்.

நம்பிக்கை என்பது நூறு சதவீதம் இருக்க வேண்டும். ஒரு சதவீத அச்சம், அவநம்பிக்கை என்பதுகூட கண்ணாடியின் மேல் விழுந்த இலை அல்ல. கண்ணாடியின் மேல் விழும் அம்பு அது. கண்ணாடி உடைந்து சுக்கு நூறாகிவிடும். ஏனெனில், காலம் காலமாக எதிர்மறையாகவே பேசியும் நினைத்தும் நாம் பழக்கப்பட்டு விட்டதால், எதிர்மறையான கற்பனை ராட்சச சக்தி பெற்றுவிட்டது. ஆக்கப்பூர்வமான, நல்ல ஆரோக்கியமான கற்பனைகள் இப்போதுதான் முளைவிடுகின்றன. அச்சம், கவலை போன்ற ராட்சச ஆடுகள் அவற்றைத் தின்றுவிட்டுப் போய்விடும் அபாயம் உண்டு.

கற்பனை என்பதே இறைவன் நமக்குக் கொடுத்த ஒரு வரம்தான். நாம்தான் பல நேரங்களில் அதை சாபமாக மாற்றிக்கொண்டிருக்கிறோம். ராமனின் பாதம் பட்ட மண் பட்டு அகலிகைக்கு சாப விமோசனம் கிடைக்கிறது. பல ஆண்டுகள் கழித்து ரத்தமும் சதையும், உணர்ச்சியுமாக உயிர் பெறும் அவள் பேசிய முதல் வார்த்தை என்னவென்று யாருக்காவது தெரியுமா? ஆனால் புதுமைப்பித்தனுக்குத் தெரிந்திருக்கிறது! ஆமாம். அவருடைய "சாபவிமோசனம்" கதையில் உயிர் பெறும் அகலிகை தன் கணவன் கௌதமனிடம் "எனக்குப் பசிக்கிறது" என்று கூறுவாள்! அடடா, எவ்வளவு எளிமையான லாஜிக்! ஆனால் எவ்வளவு பொருத்தமான, அழகான கற்பனை!

"த டெம்பெஸ்ட்" என்று ஷேக்ஸ்பியரின் நாடகம் ஒன்று. அதில் தனக்குத் துரோகம் செய்த சகோதரனையும் அவனது மகன் ஃபெர்டினன்டையும் போலியான ஒரு புயலை உருவாக்கி, கப்பலைக் கவிழ்த்து, ஆனால் உயிர்ச்சேதம் ஏற்படுத்தாமல் கரையில் ஒதுக்கு என்று ப்ராஸ்பரோ தனது அடிமையான ஏரியல் என்ற குட்டிச் சாத்தானிடம் கூறுவான். ஏரியல் என்ற பெயரே ஒரு அழகான கற்பனையின் விளைவு. 'ஏர்' என்பதிலிருந்து காற்றிலே மிதந்தோ பறந்தோ செல்லக்கூடிய ஒன்று என்ற பொருள்படும்படி 'ஏரியல்' என்று ஷேக்ஸ்பியர் பெயர் வைத்துள்ளார்.

சொன்னபடி செய்துவிட்டு ஏரியல் வந்து ப்ராஸ்பரோவிடம் நடந்ததைக்கூறும். எல்லோரும் பாதுகாப்பாக இருக்கிறார்களா என்று அவன் கேட்பான். "ஒரு முடிகூட அழியவில்லை" என்று ஏரியல் பதில் சொல்லும். தந்தையின் நிலை பற்றி அறிய ஆவலாக இருந்த மகன் ஃபெர்டினான்ட் காதில் விழும்படி ஒரு பாடலை ஏரியல் பாடும். அதில், அவன் தந்தை மூழ்கிச் செத்துவிட்டான் என்று நேரடியாகச் சொல்லாமல், "அவனது கண்களாக இருந்தவை இப்போது முத்துக்களாக உள்ளன" என்று கூறும்!

ஒரு சர்ரியலிஸ நாடகம் ஒன்று படித்தேன். எழுதியவர், நாடகத்தின் பெயர்கள் நினைவில் இல்லை. அதில் ஒரு கொலை நடக்கும். பிணத்தைக் கொலைகாரர்கள் ஒரு அறையில் பூட்டி வைத்துவிடுவார்கள். ஆனால் பிணம் ஒவ்வொரு நாளும் கொஞ்சம் கொஞ்சமாக வளர்ந்து நீண்டுகொண்டே போகும்! கடைசியில் ஜன்னலுக்கு வெளியே அதன் பாதங்கள் தெரியும்! ஒரு விஷயத்தை ரொம்ப நாளைக்கு ரகசியமாக வைத்திருக்க முடியாது என்ற கருத்தை அது அவ்வளவு அழகாகச் சொன்னது.

கம்பராமாயணத்தில் கம்பன் ஒரு கற்பனை செய்வார். ராமனுடைய கதையானது கடல் மாதிரி பெரிய விஷயம் என்றும், அதுவும் சாதாரணக் கடல் அல்ல, பாற்கடல் என்றும், அந்தப் பாற்கடலை நக்கிக் குடிக்க ஒரு பூனை ஆசைப்படுவது போல, ராமனுடைய கதையை எழுத தான் ஆசைப்பட்டுள்ளதாக அவர் குறிப்பிடுவார். ஆனால் அந்த அவையடக்கத்தின் விஷேசம் என்னவெனில், அந்தப் பூனை பாற்கடலை நக்கி நக்கிக் குடித்தேவிடுகிறது என்பதுதான்!

உலகின் முதல் காவியம் எழுதிய ஹோமரின் காலம் கிறிஸ்துவுக்குக் கிட்டத்தட்ட 700 ஆண்டுகள் முந்தியது.

ஹோமரின் "இலியட்" காவியத்தில் ஒரு காட்சி. எஜமானனுக்குப் பணிவிடைகள் செய்ய ஓடிவந்த பணிப்பெண்கள் தங்கத்தால் செய்யப்பட்டிருந்தனர். ஆனால் பார்ப்பதற்கு உண்மையான பெண்களைப் போலவே இருந்தனர். அவர்கள் பேசவும், உடல் உறுப்புகளை அசைக்கவும் செய்தது மட்டுமல்ல, அறிவோடும் இருந்தனர். நித்தியர்களான கடவுளர்களிடமிருந்து அவர்கள் தங்கள் தொழிலைத் திறம்படக் கற்றிருந்தனர். இப்படி ஒரு கற்பனை 18வது காண்டத்தில் வருகிறது. இன்றைய ரொபோடிக்ஸின் முன்னோடி ஹோமர் என்று அறியவரும்போது எப்படி ஆச்சரியப்படாமல் இருக்க முடியும்?

மீண்டும் நினைவூட்டுகிறேன். ஒரு மனிதனால் எதைக் கற்பனை செய்ய முடியவில்லையோ, அதை அடையவே முடியாது. ஆனால் கற்பனை சரியாக வருவதற்கு கான்சன்ட்ரேஷன் எனப்படும் மன ஒருமை தேவை.

▼

11

கான்சன்ட்ரேஷனை சொதப்புவது எப்படி?

சக்தியை ஒரு புள்ளியில் குவிக்கும் உத்திக்குப் பெயர்தான் கான்சன்ட்ரேஷன்

சில ஆண்டுகளுக்கு முன்னால் நடந்த நிகழ்ச்சி இது. ஒருமுறை என் உறவினர் ஒருவர் கோபமாக என் தம்பியிடம், "நீ சொல்லு தம்பி, நா அங்கே போனேன், இங்கே போனேன், அவகிட்ட போனேன், இவ கிட்ட போனேன், இப்டி ஏதாச்சும் கேள்விப்பட்டிருக்கியா" என்றார்.

அவருக்கும் அவருடைய மனைவிக்கும் வழக்கம்போல ஏதோ வழக்கு. அவருடைய கேள்வி என் தம்பியின் மூளைக்குள் பதிவாகவே இல்லை. காரணம் அவர் ரொம்ப தீவிரமாக பாக்கட் ரேடியோவில் கிரிக்கட் கமண்ட்ரி கேட்டுக் கொண்டிருந்தார். கேட்டவர் வயதில் பெரியவர் என்பதால் மரியாதை நிமித்தமாக, தலையசைத்து, "ம்,ம்" என்றார் தம்பி! அவ்வளவுதான். உறவினருக்கு ஏதோ மாதிரியாகிவிட்டது.

"என்னாது? கேள்விப்பட்டிருக்கியா?"என்று அவர் தம்பியைப் பிடித்து உலுக்கிக் கேட்கவும்தான் தம்பி இந்த உலகுக்கு வந்தார். அவர் காதில் வானொலிக் குட்டி இருப்பதைப் பார்த்த உறவினர், "ஓஹோ ரேடியோ கேக்குறியா, சரி சரி, கேளு கேளு" என்று சொல்லிவிட்டு அசடு வழியப் போய்விட்டார்.

தம்பியின் மூளையில் ஏன் அவருடைய கேள்வி பதிவாகவில்லை?

அந்த மனிதருக்கு நடுத்தர வயதிருக்கும். வீட்டு வரி கட்டுவதற்காக அவர் வரிசையில் நின்றுகொண்டிருந்தார். அவருடைய முறை

வந்தபோது, "உங்கள் பெயர்?" என்று அதிகாரிகள் கேட்டார்கள். அவ்வளவுதான். ஒரு கணம் உலகமே ஸ்தம்பித்துவிட்டது. பெயரைக் கேட்டால் உலகம் ஏன் ஸ்தம்பிக்க வேண்டும் என்று கேட்கிறீர்களா? பெயர் ஞாபகம் இருந்தால்தானே? தன்னுடைய பெயரே ஒருவருக்கு மறந்து போனால்?! இப்படி நடக்குமா என்கிறீர்களா? நடந்துவிட்டதே! அதுவும் வரலாற்றின் பட்டப்பகல் ஒளியில்! ஏனென்றால் தன் பெயரை மறந்துபோன அந்த நபர் சாதாரண மனிதரல்ல. உலகப் புகழ் பெற்றவர். ஆனால் பெயர் தெரியாவிட்டால் வரி கட்ட முடியாது என்பதால் அவர் திருப்பி அனுப்பப்பட்டார். அதில் இன்னொரு

வேடிக்கை என்னவென்றால், அன்றுதான் வீட்டுவரி கட்ட வேண்டிய கடைசி நாள்!

என்னடா இது, என்னுடைய பெயரே மறந்துவிட்டதே என்று சோகமாகத் திரும்பி வந்துகொண்டிருந்த அவரை அவருடைய நண்பர் ஒருவர் பார்த்துவிட்டு, "என்ன எடிசன், என்ன இந்தப் பக்கம்?" என்று கேட்கவும்தான் அவருக்கு உயிர் வந்தது! ஆமாம், அவர் நீங்கள் சரியாக கணித்து வைத்த தாமஸ் ஆல்வா எடிசன்தான்!

இந்த உலக வரலாற்றில் தன் பெயரை மறந்த ஒரே மனிதர் அவராகத்தான் இருக்க முடியும். அவர் ஏன் தன் பெயரை மறந்தார்?

ஒருநாள் என்னை ஒருவர் கேட்டார். ஆடுமாடுகள் உட்காருவதையும் எழுவதையும் பார்த்திருக்கிறீர்களா என்று. ஓ, பார்த்திருக்கிறேனே என்று சொன்னேன். அவை எழும்போது எந்தக் கால்களை ஊன்றி எழும் என்று கேட்டார். என்னால் உடனே பதில் சொல்ல முடியவில்லை. முன்னங்கால்கள் என்று நினைத்தேனே தவிர, நிச்சயமாக என்னால் சொல்ல முடியவில்லை. ஏன்?

எல்லாக் கேள்விகளுக்கு ஒரே பதில்தான். கான்சன்ட்ரேஷன். என் தம்பியின் கான்சன்ட்ரேஷன் கிரிக்கட் கமண்ட்ரி கேட்பதில் இருந்ததால் உறவினரின் கேள்வியை உள்வாங்கிக் கொள்ளாமல் அவருக்கும் அவரது மனைவிக்கும் இருந்த வழக்கை ஒரு தலையசைவில் பெரிதுபடுத்த இருந்தார். மனம் பூராவும் மின்சார பல்பு அடைத்துக் கொண்டிருந்ததால், அல்லது ஏதோ ஒரு கருவிக்கான கண்டுபிடிப்பு தொடர்பான சிந்தனை அடைத்துக் கொண்டிருந்ததால் (ஆயிரத்துக்கும் மேற்பட்ட முக்கியமான கண்டுபிடிப்புகளை எடிசன் செய்துள்ளார்) எடிசனால் தன்னுடைய பெயரையே சட்டென்று நினைவுக்குக் கொண்டுவர முடியவில்லை. அவர் வேறு ஓர் உலகத்தில் இருந்தார். அது டோட்டல் கான்சன்ட்ரேஷனின் உலகம். கான்சன்ட்ரேஷன் இல்லாத காரணத்தினால் நான் பல முறை பார்த்திருந்த ஒரு நிகழ்ச்சி பற்றி என்னால் நிச்சயமான பதிலைச் சொல்ல முடியவில்லை.

ஒரு மனிதன் வெற்றி அடைய வேண்டுமென்றால் அவனுக்கு வேண்டியது மன ஒருமை எனப்படும் கான்சன்ட்ரேஷன். அது இல்லாமல் யாருக்கும் எந்த வெற்றியும் கிடைக்க சாத்தியமில்லை. சாப்பிடுவதாக இருந்தாலும் சரி, சாஃப்ட்வேராக இருந்தாலும் சரி. விஞ்ஞானமாக இருந்தாலும் சரி, தியானமாக இருந்தாலும் சரி. 'அ'விலிருந்து 'அஃ' வரை எல்லாவற்றிலும் கான்சன்ட்ரேஷன் இருந்தால்தான் வெற்றி கிடைக்கும்.

ஒரு இலையை அல்லது ஒரு வெள்ளைத்தாளை எடுத்துக்கொள்ளவேண்டும். அதை வெயிலில் காட்டிக்கொண்டே அதன் மீது, கொஞ்சம் இடைவெளிவிட்டு ஒரு லென்ஸைப் பிடிக்கவேண்டும். சில வினாடிகளில் அந்த இலை அல்லது தாளில் ஓட்டை விழுந்துவிடும்.

நம்மைச் சுற்றி சக்தி எங்கும் வியாபித்துக் கிடக்கிறது. ஆனால் அதை ஒரு புள்ளியில் குவிக்கும்போதுதான் அது திரண்டு தீவிரமடைகிறது. பள்ளிக்கூடக் காலத்தில் நாம் எல்லாருமே

இந்தப் பரிசோதனையை நிகழ்த்திப் பார்த்திருப்போம். நான்கூட செய்திருக்கிறேன். சக்தியை ஒரு புள்ளியில் குவிக்கும் உத்திக்குப் பெயர்தான் கான்சன்ட்ரேஷன்.

ஒரு புள்ளியில் வெயிலின் சக்தி குவியும்போது உஷ்ணம் தீவிரமடைந்து தீயாகி கருக்கிவிடுகிறது. இது சக்தியைப் பயன்படுத்தும் எதிர்மறையான உதாரணம். இதேபோல, ஆனால் நேர்மறையாகவும் சக்தியைப் பயன்படுத்தலாம். அனல் மின் சக்தி மாதிரி. மனதை ஒரு புள்ளியில் குவித்தால் அது வெற்றியைக் கொடுக்கிறது.

இந்த உலகில் இதுவரை நிகழ்ந்த சாதனைகள் அனைத்துக்கும் காரணம் கான்சன்ட்ரேஷன்தான். 'கருமமே கண்ணாயினார்' என்று தமிழில் சொல்லப்படுவதும் இதையொற்றித்தான்.

நமக்கெல்லாம் கான்சன்ட் ரேஷனே கிடையாதா?

இந்தக் கேள்விக்கு பதில், உண்டு ஆனால் இல்லை! ஆமாம். என்ன இது கான்சன்ட்ரேஷனில் சொதப்புவது எப்படி என்ற கட்டுரையா இது என்று நீங்கள் கேட்கலாம். ஆனால் நான் சரியாகத்தான் சொல்கிறேன். நம்மிடம் கான்சன்ட்ரேஷன் இருக்கிறது. ஆனால் அது மிருகங்களின் கான்சன்ட்ரேஷனை ஒத்தது! கோபமடைய வேண்டாம். உங்களுக்குச் சொன்னது எனக்கும்தான் பொருந்தும்!

தெரு நாயை எடுத்துக்கொள்வோம் (உதாரணத்துக்குத்தான், வளர்ப்பதற்கு அல்ல). அது பசியோடு இன்னொரு நாயின் வாயில் உள்ள இறைச்சி எலும்பை இழுக்கப் போட்டி போட்டுக்கொண்டுள்ளது என்று வைத்துக்கொள்வோம். இது ஒரு கற்பனைக் காட்சிதான். ஆனால் நாம் சாதாரணமாகப் பார்க்க முடிவதுதான்.

அந்த நேரத்தில் நீங்கள் அதற்கு எவ்வளவு அருகில் போனாலும் உங்களை அது கண்டுகொள்ளவே செய்யாது. கண்டுகொள்வது

என்ன, நீங்கள் இருப்பதே அதற்குத் தெரியாது. ஏனெனில், அது பசியோடு இருக்கிறது. அதாவது பரிபூரண கான்சன்ட்ரேஷனில் இருக்கிறது. அதன் உலகம் அந்த இன்னொரு நாயின் வாயில் உள்ள எலும்பால் ஆனது. அந்த உலகை தன் வாய்க்கும் கொண்டுவந்துவிட வேண்டும் என்ற ஒரே நோக்கத்துக்காகத்தான் அது அப்போது வாழ்ந்துகொண்டிருக்கும். மற்ற எதுவுமே அதன் கண்களுக்குத் தெரியாது. அதன் காதுகளுக்குக் கேட்காது. அதன் தொடு உணர்ச்சிக்கும் தெரியாது.

இப்படிப் போராடி அந்த எலும்பைப் பிடுங்கி சாப்பிட்டு விட்டு ரிலாக்ஸ்டாக நடுத்தெருவில் படுத்திருக்கிறது என்று வைத்துக்கொள்வோம். அப்போது நீங்கள் லேசான அசைவைக் காட்டினாலும் அது உங்களைப் பார்க்கும். ஒரு கல்லை எடுப்பதுபோல நீங்கள் குனிந்தால் அது உடனே எழுந்து ஓடும். இப்படிச் சொல்லிக்கொண்டே போகலாம்.

வேறு வார்த்தைகளில் இந்த உண்மையைச் சொன்னால், தனக்குப் பசி ஏற்பட்டபோது அதைத் தீர்ப்பதற்காக மனதை ஒரு புள்ளியில் அதனால் வைக்க முடிகிறது. இது மிருக மன ஒருமை. நமக்கும் இப்படித்தான் இருக்கிறது!

நமக்கு ஒரு காரியம் ஆக வேண்டும் என்றால், நமக்குப் பிடித்த காரியம் என்றால், உதாரணமாக நம்முடைய காதலியோடு பேசிக்கொண்டிருந்தால் நமக்கு வேறு ஏதாவது தெரியுமா? நம்முடைய மனமும் உடலும் அவளோடுதானே இருக்கும்? அது பரிபூரண கான்சன்ட்ரேஷன்தான். ஆனால் மிருக கான்சன்ட்ரேஷன்.

அப்படியானால் மனிதனுக்கு வெற்றி தரும், கற்பனைக்கு உதவி செய்யும் கான்சன்ட்ரேஷன் எது?

▼

12

பறவையின் கண்மட்டுமே தெரிகிறது

ஒரு மனிதனுடைய பெயரைக் கேட்டவுடன் நெப்போலியன் உடனே அதை ஒரு தாளில் எழுதிப் பார்த்துக் கொள்வார்

ஒரு முறை மாணவர்களுக்கு நான் ஒரு சோதனை வைத்தேன். ஒரு கைக்கடிகாரத்தை அவர்களிடம் காட்டினேன். "நன்றாகப் பார்த்துக் கொள்ளுங்கள், நான் சில கேள்விகள் கேட்பேன், நீ பதில் சொல்லவேண்டும்" என்று கூறினேன். சில வினாடிகளுக்குப் பிறகு, "அந்த வாட்ச்சில் உள்ள எண்கள் 1, 2, 3 என்று உள்ளனவா அல்லது I, II, III என்று ரோமன் எழுத்துக்களில் உள்ளனவா?" என்று கேட்டேன். பல மாணவர்களால் பதில் சொல்ல முடியவில்லை. இரண்டு மாணவர்கள் மட்டுமே ரோமன் எழுத்துக்களில் இருப்பதாகச் சரியாகச் சொன்னார்கள். என்ன காரணம்?

பொதுவாக நம் எண்ணம் ஏற்கனவே போன பாதையில்தான் போகிறது. நம்முடைய கவனம் பழைய பாட்டையில்தான் செல்கிறது. அதைவிடுத்து வேறு விஷயங்களைக் கவனிக்கலாம் என்று தோன்றுவதே இல்லை. வாட்ச்சைப் பார்த்தால் மணி பார்க்க வேண்டும் என்று மட்டும்தான் தோன்றுகிறதே தவிர, வேறு வகையில் அதை கவனிக்கலாமே என்று தோன்றுவதே இல்லை. நம்முடைய கான்சன்ட்ரேஷன் பலவீனமாக உள்ளதற்கு இது ஒரு நல்ல உதாரணம்.

நமக்கு ஆர்வமில்லாத விஷயங்களில் நமது கவனம் செல்வதே இல்லை. எது நமக்குப் பிடித்தமானதோ, நமக்கு எது தேவை என்று நாம் நினைக்கிறோமோ அதில் மட்டுமே நம் கவனம் செல்கிறது. நம் மனம் தானாகவே குவிகிறது. தான் பெற்ற குழந்தை லேசாக அசைந்தாலும் தூங்கிக்கொண்டிருக்கும் தாய் உடனே எழுந்து

குழந்தையைக் கவனிப்பாள். ஆனால் பக்கத்துத் தெருவில் இடி விழுந்த சப்தம் அவளுக்கு கேட்காமலே போயிருக்கலாம்!

இந்த மாதிரியான கான்சன்ட்ரேஷன்தான் நம்மிடம் உள்ளது. இதுதான் மிருக கான்சன்ட்ரேஷன். Involuntary concentration என்று இதற்குப் பெயர். இது தவிர்க்கப்பட வேண்டியது. ஏனென்றால், பொதுவாக நமக்கு எதிலெல்லாம் ஆர்வம் இயற்கையாகவே இருக்கிறதோ, அதெல்லாம் நமக்கு அனேகமாகத் தேவையில்லாததாகத்தான் இருக்கும்! எப்படி? பொதுவாக மாணவர்கள் என்றால் அவர்களுக்கு எதிலெல்லாம் ஆர்வம் இருக்கும்? அரட்டை, சினிமா, இண்டர்நெட், முகப்புத்தகம், அமலாபால் - இன்னபிறவில். இந்த ஆர்வம் பாடத்தில் ஏன் இருப்பதில்லை. ஏனென்றால் பாடம் மிகவும் அவசியமானது, முக்கியமானது!

ஆனால் நமக்கு இருக்க வேண்டியதோ voluntary concentration மட்டுமே. நமக்கு வெற்றியைக் கொடுக்கவல்லது அதுதான். நமக்கு எது தேவையோ, எது அவசியமோ, அதில் வேண்டுமென்றே ஆர்வத்தை வளர்த்துக்கொள்வதுதான் வாலுண்டரி கான்சன்ட்ரேஷன். வேண்டுமென்றே முழு கவனத்தையும் அதில் வைப்பது. அதனால் என்ன பலன்? அர்ஜுனனைக் கேட்கலாம் வாருங்கள்.

"அர்ஜுனா, மரம் தெரிகிறதா?" என்று கேட்டார் த்ரோணாச்சார்யா.

"இல்லை குருவே"

"கிளைகள் தெரிகின்றனவா?"

"இல்லை குருவே"

"பறவையாவது தெரிகிறதா?"

"இல்லை குருவே"

பறவையின் கண்களைக் குறிவைத்து அம்பெய்வதுதானே போட்டி? பறவையே தெரியவில்லை என்கிறானே என்று த்ரோணாச்சாரியாருக்குக் கொஞ்சம் ஆச்சரியமாகக்கூட இருந்தது.

"பின் என்ன தெரிகிறது அர்ஜுனா?" என்று கேட்டார்.

"பறவையின் கண்கள் மட்டும் தெரிகின்றன ஐயா"

ஆஹா, இவனல்லவா மாணவன்! இதுவல்லவோ பரிபூரண மன ஓர்மை! த்ரோணாச்சாரியார் வியந்து மகிழ்ந்தார். ஒரு புள்ளியில் மனதைக் குவிப்பது என்றால் இதுதான். உண்மையில் 'கான்சன்ட்ரேஷன்' என்ற சொல்லின் அர்த்தமே அதுதான். 'கான்'(ற்கு), 'செண்ட்ரம்'(மையம்) ஆகிய இரண்டு லத்தீன் மொழிச்சொற்களிலிருந்து 'கான்சன்ட்ரேஷன்' வருகிறது. அதன் பொருள்: "மையத்தில் நிலைத்திருத்தல்" என்பதுதான். டோட்டல் கான்சன்ட்ரேஷன் பற்றிய முக்கியமான மஹாபாரதப் பாடம் இது. அர்ஜுனனின் வெற்றிக்குப் பின்னால் இருந்தது இதுதான். தாமஸ் ஆல்வா எடிசன் தன் பெயரையே மறந்து நின்றதற்குக் காரணமும் இதுதான். அதுதான் Voluntary Total Concentration. பெருவெற்றிக்குப் பின்னால் இருக்கும் ஆற்றல் இதுதான். நமக்கு

ஆர்வமிருந்தாலும் இல்லாவிட்டாலும், நமக்கு அவசியமான ஒன்றில் வேண்டுமென்றே மனதை வைக்கும் காரியம்தான் இது. மனிதனையும் மிருகத்தையும் வேறுபடுத்திக் காட்டுவது இதுதான்.

வேதங்களையும், மூன்றுலட்சம் ஸ்லோகங்களைக் கொண்டதாகச் சொல்லப்படும் மஹாபாரத காப்பியத்தையும் அந்தக்காலத்தில் மனப்பாடமாக வைத்திருந்தார்கள். முழுக்குரானையும் மனனம் செய்யும் முஸ்லிம்கள் இன்றும் ஊருக்கு ஊர் நூற்றுக்கணக்கானவர்கள் இருக்கிறார்கள். திருக்குறளைச் சொல்வது, முதுகில் போடப்படும் அரிசியின் எண்ணிக்கையைக் கணக்கில் வைத்துக்கொள்வது, சொல்லப்பட்ட சந்தத்துக்கு உடனே வெண்பா சொல்வது போன்ற நூறு காரியங்களை ஒன்றுகூடப் பிசகாமல், ஏககாலத்தில் சதாவதானி செய்குத்தம்பிப் பாவலர் செய்து சாதனை நிகழ்த்தினார்.

விடாக் (Vidocq) என்றொரு ஃப்ரெஞ்சு துப்பறியும் நிபுணர் இருந்தார். உலகின் முதல் ப்ரைவேட் துப்பறியும் நிபுணர் அவர்தான் என்று கூறுகிறார்கள். அவருக்கு அழிக்கமுடியாத நினைவாற்றல் (photographic memory) இருந்ததாகக் கூறப்படுகிறது. ஆரம்பத்தில் குற்றவாளியாக இருந்த அவர் பின்னாளில் குற்றவாளிகளைக் கண்டுபிடிக்கும் நிபுணரானார். அடிக்கடி சிறைச்சாலைக்குச் சென்று குற்றவாளிகளின் முகங்களை உற்றுக் கவனித்து நினைவில் வைத்துக்கொள்வாராம். இதன் பலனாக இருபது ஆண்டுகளாக மாறு வேஷத்தில், வெளிநாட்டில் மறைந்து வாழ்ந்த ஒரு குற்றவாளியைத் தெருவில் கண்டவுடன் கண்டுபிடித்துப் போலீஸிடம் பிடித்துக் கொடுத்தது உலகப் புகழ்பெற்ற நிகழ்வாகும்.

பென் ஜான்சன் என்ற ஆங்கில எழுத்தாளர் தான் எழுதிய கவிதைகள், நாடகங்கள் அனைத்தையும் இம்மி பிசகாமல் மனப்பாடமாகச் சொன்னார். சாக்ரடீஸ் தனது வகுப்புக்கு வரும் எல்லா மாணவர்களின் பெயர்களையும் நினைவில் வைத்திருந்தார். ஒரு ஆண்டில் அவர் ஆயிரக்கணக்கான வகுப்புகளை நடத்தினார்!

அலக்ரி என்றொரு இத்தாலிய இசைமேதை இருந்தார். அவருடைய ''மிசரரே'' என்ற இசைப்பாடல்கள்

மிகப்பிரபலமானவை. அவை நிரந்தரமாக வாட்டிகன் நகரத்தில் இருக்கும் சிஸ்டைன் சாப்பல் என்ற தேவாலயத்தில் தினசரி இசைக்கப்பட்டு வந்தன. இசைமேதை மொசார்ட்டுக்குப் பதினான்கு வயதிருந்தபோது ரோம்நாட்டில் வாட்டிகன் நகரில் இருந்த சிஸ்டைன் சாப்பலுக்கு அவர் சென்றார். அங்கே அலெக்ரியின் இசை இசைக்கப்பட்டது. இசைக்குறிப்புகளை யாரும் பிரதி எடுத்துக்கொள்ள அங்கே அனுமதி கொடுப்பதில்லை. கேட்க மட்டும்தான் முடியும். ஆனால் மொசார்ட் அந்த இசையை உன்னிப்பாகக் கேட்டு, வீட்டுக்கு வந்த பிறகு அட்சரம் பிசகாமல் அப்படியே அந்த இசைக்குறிப்புகளை, ஸ்வரங்கள் உட்பட எழுதிவிட்டார்!

ஒரு மனிதனுடைய பெயரைக் கேட்டவுடன் நெப்போலியன் சும்மா இருக்க மாட்டார். உடனே அதை ஒரு தாளில் எழுதிப் பார்த்துக் கொள்வார். இப்படி வேண்டுமென்றே திணிக்கப்பட்ட ஆர்வமுடன் செயல்பட்டதால்தான் தனது படையில் இருந்த லட்சக்கணக்கான வீரர்களின் பெயர்களையெல்லாம் அவரால் நினைவில் வைத்துக்கொள்ள முடிந்தது!

எதையுமே திணிப்பது செயற்கையில்லையா? தப்பில்லையா? என்ற கேள்விகள் வரலாம். தப்பே இல்லை. அவசியமென்றால், எதையும் திணிக்கலாம். உடம்பு சரியில்லை என்றால் கசப்பான மருந்தை விழுங்கித்தான் ஆகவேண்டும். குழந்தை பெற்றுக்கொள்ள வேண்டுமென்றால் பிரசவ வலியைப் பொறுத்துக்கொண்டுதான் ஆகவேண்டும். குறிப்பிட்டதொரு நல்ல நோக்கத்துக்காக நாமாக எதைச் செய்தாலும் தப்பில்லை. இன்னும் சொல்லப்போனால் அப்படிச் செய்வதுதான் சரியுமாகும்.

மேலே பார்த்ததுபோல இந்த உலகில் சாதனை செய்த அனைவரும் தாமாகவே தன் மனதை ஒரு புள்ளியில் வைக்கப் பழகிக்கொண்டவர்கள். அவர்கள் வாலுண்டரி கான்சன்ட்ரேஷனுக்குச் சொந்தக்காரர்கள்.

அப்படியானால் இந்தவகையான கான்சன்ட்ரேஷனை வளர்ப்பது எப்படி?

▼

13

வாலுன்டரி கான்சன்ட்ரேஷன்

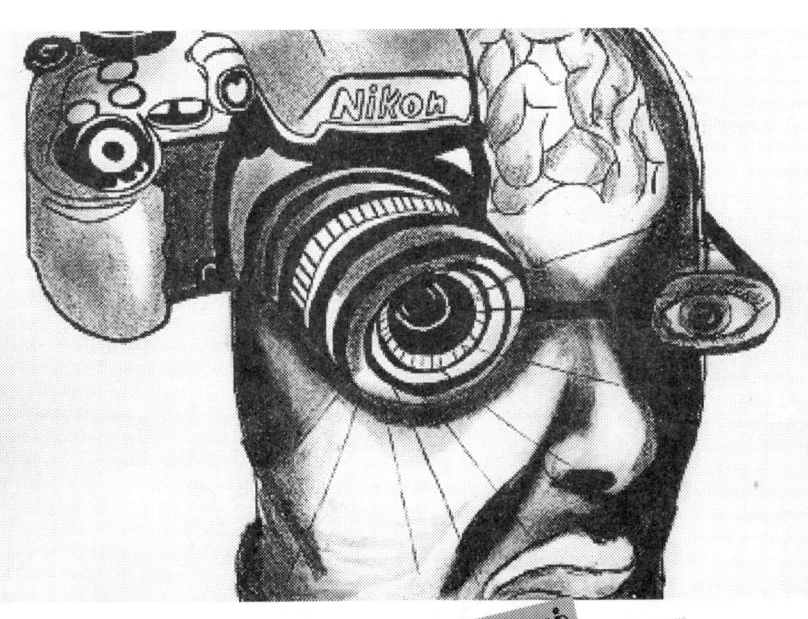

அன்றாடம் அலட்சியப்படுத்தும் ஒரு காரியத்தின்மீது வேண்டுமென்றே கவனம் வைத்துச் செய்வது கான்சன்ட்ரேஷன் வளர்ப்பதில் முக்கிய பங்கு வகிக்கிறது

நீங்கள் சிறகுகளோடு பிறந்திருக்கிறீர்கள். ஆனால் அது தெரியாமல் தவழ்ந்துகொண்டிருக்கிறீர்கள்! நீங்கள் பறக்கப் பிறந்தவர்கள். உங்கள் சிறகுகளை உணருங்கள், பறந்து செல்லுங்கள் என்கிறார் சூஃபி கவிஞர் ஜலாலுத்தீன் ரூமி.

எவ்வளவு உண்மையான வார்த்தைகள்! உண்மைக்குத்தான் எவ்வளவு அழகு! ஆமாம், வெற்றி வானில் பறக்கவேண்டுமென்றால் மன ஒருமை தேவை. அது இல்லாவிட்டால் அதை வளர்த்துக்கொள்ளவேண்டும். வாலுண்டரி கான்சன்ட்ரேஷனோடு வாழ நாம் பழகிக்கொள்ளவேண்டும். அதற்கு நாம் பயிற்சி எடுத்துக்கொள்ளவேண்டும். ஆம்.

தொடர்ந்த பயிற்சியானது ஒரு பழக்கத்தை ஏற்படுத்திவிடும். நல்லதானாலும் சரி, கெட்டதானாலும் சரி. தினமும் ஒரு க்வாட்டர் அடிக்கும் பழக்கம் உங்களுக்கு இருக்குமானால் நீங்கள் எவ்வளவு படித்தவராக இருந்தாலும், குடி குடியைக் கெடுக்கும் என்ற வாசகத்தைப் பார்த்து ரசித்துக்கொண்டே உங்களால் குடிக்க முடியும்! அதேபோல, ஒரு நல்ல காரியத்தைத் தினமும் செய்துவந்தால் அதுவும் பழக்கமாகிவிடும். ஒரு விஷயம் பழக்கமாகிவிட்டால் அதனால் வரும் நன்மைகளும் அல்லது தீமைகளும் தாமாகவே வர ஆரம்பிக்கும்.

வாலுண்டரி கான்சன்ட்ரேஷனை பயிற்சியின் மூலம் பழக்கமாக்கிக்கொண்டால், தொடர்ந்து

வெற்றி வர ஆரம்பிக்கும். பில்கேட்ஸ், அம்பானி போன்றவர்கள் குறிப்பிட்ட காலகட்டம்வரைதான் தொழிலில் முன்னேற முயற்சி செய்தார்கள். இன்று அவர்கள் எந்த முயற்சியும் செய்யத் தேவை யில்லை. சம்பாதித்து சம்பாதித்து, சம்பாதிப்பதே பழக்கமாகி, சம்பாதிக்காமல் இருக்கமுடியாது என்ற நிலை வந்துவிட்டது. என்ன செய்தால் வருமானம் வரும் என்பதற்கான பாதையை அவர்கள் கஷ்டப்பட்டுப் போட்டுவிட்டார்கள். அந்தப் பாதையில் செல்வதற்காக பிரத்தியேகமான வாகனத்தையும் வடிவமைத்துவிட்டார்கள். இனி அந்த வாகனம் அவர்களை அந்தப் பாதையில் எளிதாக ஏற்றிச் சென்றுகொண்டே இருக்கும். அதன் எரிபொருளோ தீரவே தீராது! ஆமாம். அதனால்தான் பில்கேட்ஸ் தன் ஜேபியிலிருந்து விழுந்த ஐநூறு டாலர்

நோட்டை எடுக்கக் குனியவே இல்லை. காரணம், அவருடைய வருமானம் ஒரு வினாடிக்கு முந்நூறு டாலர்கள் என்று கணக்கிடப்பட்டுள்ளது! குனிந்து அந்தப் பணத்தை எடுக்க சில வினாடிகள் செலவாகும் என்பதால் அந்த சில வினாடிகளை அவர் வீணாக்க விரும்பவில்லை!

விடாமுயற்சியாலும், தினமும் தவறாமல் மனதை ஒரு புள்ளியில் மையப்படுத்திச் செய்த பயிற்சியினாலும் மட்டுமே ஒருவருக்கு வெற்றிகிட்டுகிறது. அதனால்தான் அர்ஜுனனாலும், ஏகலைவனாலும் மிகச்சரியாக பறவையின் விழியையும், நாயின் வாயையும் தாக்க முடிந்தது.

வெற்றிபெற்ற அனைவரிடமும் இரண்டு உள்ளது. ஒன்று முயற்சி, இரண்டாவது பயிற்சி. அதற்கான தூண்டுகோலாக இருக்கும் விதத்தில் வாலுண்டரி கான்சன்ட்ரேஷன் தொடர்பாக சில பயிற்சிகள் இதோ. ஆனால் இவைகள் மட்டும்தான் பயிற்சிகள் என்பதல்ல. அனேகப் பயிற்சிகள் உள்ளன. நிலவு

இருக்கும் திசையை மட்டுமே நான் சுட்டுகிறேன். ஆயிரம் மைல்களுக்கான பயணம் முதல் அடியில் தொடங்குகிறது என்றார் லாசூ.

பயிற்சியைத் தொடங்குவதற்கு முன் ஒரு நிபந்தனை உண்டு. அதிகம் உணர்ச்சி வசப்படாதவராக நீங்கள் இருக்கவேண்டும். இல்லையெனில் பயிற்சி செய்யமுடியாமல் போய்விடும். பத்துபேரை எடுத்துக்கொண்டால் பத்துபேருக்குமே இந்தப்பிரச்சனை இருக்கும். மனிதர்கள் பெரும்பாலான நேரம் உணர்ச்சிவசப்படக்கூடியவர்களே. எவ்வளவு படித்தவராக இருந்தாலும் சரி. ஒரு சின்ன உதாரணம் சொல்கிறேன்.

நீங்கள் நாடறிந்த அறிஞர், ஆன்மிகவாதி என்று வைத்துக்கொள்வோம். சிங்காரச் சென்னையில் ஒரு ஆட்டோவில் போகிறீர்கள். ஆட்டோ ஓட்டுநர் ஒரு வினாடிக்கு மூன்று முறை வலது பக்கமாகக் குனிந்து, ஒவ்வொரு முறையும் ஒரு கிலோ அளவுள்ள சமாச்சாரங்களை தன் வாயிலிருந்து துப்பிக்கொண்டே இருக்கிறார் (ஆமாமா என்று நீங்கள் சொல்வது என் காதில் விழுகிறது). நீங்கள் எவ்வளவோ சொல்லியும் அவர் துப்புவதை நிறுத்தவேயில்லை. அப்போது எதிர்பாராமல், அல்லது எதிர்பார்த்த மாதிரியே, அவரது வாய்க்குள்ளிருந்து வெளியான திரவ உலகம் சட்டென்று காற்றின் உதவியுடன் உங்கள் வெள்ளை வேஷ்டியில் அல்லது சட்டையில் வந்து ‘பச்சக்’ என்று அடைக்கலம் கொள்கிறது!

கோபத்தைக் கட்டுப்படுத்துவது எப்படி என்று ஆன்மிகக் கூட்டமொன்றில் பேசச் சென்றுகொண்டிருக்கும் உங்களுக்கு அப்போது எப்படி இருக்கும்? சென்னைத் தமிழுக்கு நீங்களும் இறங்கி வெறும் கைகளாலேயே அவன் மென்னியை நெரித்துக் கொன்றுபோட்டுவிடவேண்டும் என்று தோன்றுமல்லவா? அப்போது உங்களால் கீதையின் ஸ்லோகத்தையோ குர்’ஆனின் ஆயத்தையோ நினைவுக்குக்கொண்டுவர முடியுமா? நிச்சயமாக முடியாது. நீங்கள் உணர்ச்சியின் கட்டுப்பாட்டில் அப்போது இருப்பீர்கள். உணர்ச்சிக்கு அடிமையாக இருக்கும் கணங்களில் எந்த மனிதனாலும் மனதை ஒருநிலைப்படுத்த முடியாது.

பயிற்சிக்குப் போகும்முன் மேற்கண்ட தளைகளிலிருந்து மனரீதியாக உங்களை விடுவித்துக்கொண்டு செய்வதே சரியாகும். அதற்காகத்தான் சொன்னேன்.

முதல் பயிற்சி உங்கள் அசைவுகளைக் கவனிப்பது

எப்பவாவது அரிக்கும்போது சொரிந்திருக்கிறீர்களா? இது என்ன கேள்வி என்கிறீர்களா? உண்மைதான். மனிதர்கள் எல்லோருக்குமே அரிக்கும். அரிக்கும் எல்லோருமே சொரிந்துகொள்வார்கள். சரிதான். ஆனால் எப்பவாவது, சொரியும்போது இப்போது சொரிகிறோம் என்று கவனித்துச் சொரிந்திருக்கிறீர்களா? இந்தக் கேள்விக்கு இல்லை என்பதுதான் நேர்மையான பதிலாக இருக்கும். ஆமாம். பேசிக்கொண்டோ, ஏதாவது ஒரு காரியம் செய்துகொண்டே நாம் சொரிந்துகொள்கிறோம். சொரிவதைக் கவனித்து நாம் சொரிவதே இல்லை. ஏனெனில் சொரிவது நமக்கு முக்கியமில்லை. பேசுவதோ அல்லது வேறு காரியங்களோதான் முக்கியமானதாகப் போய்விடுகிறது. உண்மைதான். சொரிந்துகொள்வது முக்கியமான காரியம் இல்லைதான். ஆனால் கவனித்து செய்தால் அதுவும் மிகமிக முக்கியமான காரியமாக ஆகிவிடும்! ஆமாம். கவனித்து சொரிவது, கான்சன்ட்ரேஷன் ஆற்றல் வளர்வதற்கு உதவும் மிக எளிதான, மிக முக்கியமான பயிற்சி! ஏனெனில் நாம் அனைவருமே அலட்சியப்படுத்தும் ஒரு காரியமாக சொரிதல் இருக்கிறது. அன்றாடம் அலட்சியப்படுத்தும் ஒரு காரியத்தின்மீது வேண்டுமென்றே கவனம் வைத்துச் செய்வது கான்சன்ட்ரேஷன் வளர்ப்பதில் முக்கிய பங்கு வகிக்கிறது. செய்து பாருங்கள். வித்தியாசத்தை உணர்வீர்கள். சொரிவது மட்டுமல்ல, தேவையில்லாமல் தொடையை ஆட்டுவது, 'அது வந்து' என்று பேசத்தொடங்குவது போன்ற எல்லாவற்றையும் இது கட்டுப்படுத்தும். உணர்ந்து காரியங்கள் செய்யும் பழக்கம் வந்துவிடும்.

பயிற்சி இரண்டு இசை கேட்பது

இது ஒரு பயிற்சியா, நாங்கள்தான் தினமும் 'கொலவெறி'யோடு பாடல்களைக் கேட்டுக்கொண்டிருக்கிறோமே என்று நீங்கள் சொல்லலாம். உண்மைதான். ஆனால் நான் இசை கேட்கச் சொல்லும் முறைக்கும் நீங்கள் கேட்கும் முறைக்கும் ஒரு முக்கியமான வித்தியாசம் உள்ளது. நீங்கள் ஒரு பாடலை முழுமையாகக் கேட்பீர்கள். நான் அதன் ஒரு பகுதியை மட்டும் கேட்கச்சொல்கிறேன். ஆமாம். ஒரு பாடலில், பாடகர்களின் குரல்கள், வாத்தியக் கருவிகளின் இசை மழை, மெட்டு என்று ஏகப்பட்ட சமாச்சாரங்கள் இருக்கும். அதில் வயலின், தப்லா,

சந்தூர், வீணை, சிதார், கிதார் என்று குறிப்பிட்ட இசைக்கருவியின் சப்தத்தை மட்டும் பின்பற்றிக் கேட்டுக்கொண்டே போக வேண்டும். இதுதான் பயிற்சி. செய்துபாருங்கள், அற்புதமாக இருக்கும்.

பயிற்சி மூன்று கடிகாரம் பார்ப்பது

கடிகாரத்தில் மணிபார்க்கக்கூடாது. வினாடி முள்ளை மட்டும் ஒரு இரண்டு நிமிடங்களுக்குக் கவனித்துக்கொண்டே இருக்க வேண்டும்.

பயிற்சி நான்கு குறிப்பிட்ட நேரத்துக்குள் கவனிப்பது

இரண்டு நிமிடம் என்று நாமே ஒரு நேர அளவை வகுத்துக்கொள்ளவேண்டும். அதற்குள் எதையாவது கவனித்து அதைப்பற்றி எழுதிக்கொள்ள வேண்டும். உதாரணமாக, ஒரு அறைக்குள் சென்று எத்தனை பொருள்களை இரண்டு நிமிடங்களுக்குள் பார்க்க முடிந்தது என்று குறித்துக்கொள்ளவேண்டும். பின் அதையே வேறு ஒருவரை அதே நேரத்துக்கு செய்யச் சொல்லவேண்டும். இரண்டையும் ஒப்பிட்டுப் பார்க்கவேண்டும். முன்னேற்றம் தெரியும். உதாரணமாக நீங்கள் நாலு பொருளைப் பார்த்திருக்கலாம். இன்னொருவர் அதே நேரத்தில் ஆறு பொருள்களைப் பார்த்திருக்கலாம். பின்னர் நீங்களே எட்டு பொருளைப் பார்க்கலாம். இப்படியாக.

பயிற்சிகள் அனேகம் உள்ளன. ஆனால் அவற்றை வெற்றிகரமாகச் செய்து முடிப்பதற்கு இன்னொன்று வேண்டும். அது என்ன?

▼

14

உடும்புப் பிடி

எதையும் கொஞ்சம் கொஞ்சமாகச் செய்ய வேண்டும். அதிக சந்தோஷத்தினால் அதிகமாகச் செய்தால், அச்சம் வரும்போது குறைவாகச் செய்வோம்.

பிடிமானம் எதுவும் இல்லாமல் நடக்கக் கற்றுக்கொள்ளும் சின்னக் குழந்தைகள் என்ன செய்யும் என்று கவனித்திருக்கிறீர்களா? நடக்கும், கீழே விழும், எழும், நடக்கும், கீழே விழும், மீண்டும் எழுந்து நடக்கும், மீண்டும் கீழே விழும், மீண்டும் எழுந்து நடக்கும். இப்படியே செய்துகொண்டே இருக்கும். எத்தனைமுறை விழுகிறோம் என்பதைக் கணக்கில் வைக்கக்கூடாது. எத்தனைமுறை எழுகிறோம் என்பதைத்தான் கணக்கில் வைக்கவேண்டும். பாலகர்களிடமிருந்து நாம் கற்றுக்கொள்ள வேண்டிய பாலபாடம் இதுதான்!

அந்த இளம் பெண்ணின் பெயர் மாலி. சீன நடனமாது. நாட்டியத்தின் மூலமாகவே கதை சொல்லும் பாலட் நடனக்கலைஞி. வயது பத்தொன்பதுதான். ஆனால் அந்த முக்கியமான இளம்வயதில் ஒரு கார் விபத்தில் வலதுகையை இழந்திருந்தாள். கையில்லையென்பதால் காதலனும் விட்டுப்போனான். தற்கொலைக்கு முயன்ற அவளை அவளது பெற்றோர்தான் காப்பாற்றினர். அதன்பிறகுதான் வாழ்க்கையின் சவால்களை ஏற்றுக்கொள்ள அவள் முடிவுசெய்தாள். தன் கையே தனக்குதவி என, எழுத, சமைக்க, துவைக்க என்று எல்லாவற்றையும் இடது கையாலேயே செய்ய அவள் கற்றுக்கொண்டாள். அதுமட்டுமா?

அவளுடைய கனவு, வெறி எல்லாம் நடனமல்லவா? ஐந்து ஆண்டுகள் கழித்து அவள் மீண்டும் நடனமாடத் தொடங்கினாள். அவளும்

அவளுடைய ஆத்ம தோழனாக அமைந்த தாவோ என்பவனும் இணைந்து பல நடன நிகழ்ச்சிகளை நடத்தினர். பின் சார்ஸ் நோய் சீனாவில் பரவியதால் நடன அரங்குகளெல்லாம் மூடப்பட்டன. பனி பெய்துகொண்டிருந்த ஓர் இரவில் சூரிய உதயத்துக்காகக் காத்துக்கொண்டிருந்தபோது, திடீரென்று அவளுக்குத் தோன்றியது. இப்போது இந்தப் பனியில் ஆடினால் என்ன?

அவ்வளவுதான். ஆடினாள். கொட்டும் பனியில் தன்னை மறந்து ஆடினாள். அவளுடைய வாழ்நாளின் சிறப்பு நடனம்

அதுவாகத்தான் இருக்கவேண்டும் என்று தாவோ தன் மனதில் குறித்துக்கொண்டான்.

2005 செப்டம்பரில் நடந்த சிறப்பு ஒலிம்பிக்ஸ் போட்டிகளில் சாய்சியாவே என்ற இளைஞனைச் சந்தித்தாள். நான்கு வயதில் ஒரு ட்ராக்டரில் இருந்து விழுந்து இடது காலை இழந்தவன் அவன். இருவரும் சேர்ந்து நடனமாடினால் அற்புதமாக இருக்கும் என்று அவனிடம் மாலி கூறினாள். வாழ்க்கையில் நடனம் பற்றி எதுவுமே அறியாத சாய்சியாவே முதலில் தயங்கினான். பின்னர் ஒத்துக்கொண்டான்.

சாய்சியாவேயும் மாலியும் இணைந்து மிகத் தீவிரமாகப் பயிற்சிசெய்தனர். பனி பெய்துகொண்டிருந்த இருளில் மாலி செய்த அதே சிறப்பு நடனப் பயிற்சி. காலை எட்டு மணியிலிருந்து இரவு பதினோறு மணி வரை பயிற்சி தொடர்ந்தது. ஓராண்டு முழுக்க. நடனப் பயிற்சியின்போது ஓராயிரம் தடவைகளாவது சாய் அவளைத் தவறுதலாக கீழே

போட்டிருப்பான்! ஆனால் சிசிடிவியின் நடனப் போட்டியில் கலந்துகொண்டு லட்சக்கணக்கான ரசிகர்களின் இதயங்களைக் கொள்ளைகொண்ட முதல் ஊனமுற்ற நடனக்கலைஞர்கள் இவர்கள்தான்! She without arm, he without leg என்று யூட்யூபில் சென்று பார்த்தால் அவர்கள் நிகழ்த்திய அற்புதமான, கண் கலங்கவைக்கும் நடனத்தைக் கண்டு களிக்கலாம். மாலி போன்ற நாட்டிய மயூரிகள் நம் நாட்டிலும் உண்டு.

மகன் ஆண்ட்ரூவின் தலைக்குள் ஏதோ பிரச்சனை. பெற்றோருக்கு ரொம்பக் கவலையாகிவிட்டது. ஆண்ட்ரூவை எப்படிக் காப்பாற்றுவது என்று அவர்களுக்குத் தெரியவில்லை. அவன் தலைக்குள் வந்த நோய் அவர்களுக்குப் பெரிய தலைவலியாகிவிட்டிருந்தது. இருக்கும் வீட்டைவிட்டு வாடகை குறைந்த வேறொரு வீட்டுக்குப் போகவேண்டிய நிலமைக்கு ஏற்கனவே செய்திருந்த மருத்துவச் செலவுகள் அவர்களைத் தள்ளியிருந்தன. இனி அதிகச் செலவுவைக்கும் அறுவை சிகிச்சை செய்ய அவர்களால் முடியாது. ஏதாவது அற்புதம்தான் மகனைக் காப்பாற்றவேண்டும். இப்படியெல்லாம் பெற்றோர் பேசுவதைக்

கேட்டுக்கொண்டிருந்த சிறுமி டெஸ்ஸுக்கு அப்போது வயது எட்டுதான்.

ஏதோ ஒரு உந்துதலில் தன் உண்டியலில் இருந்த காசையெல்லாம் எடுத்துக்கொண்டு அருகிலிருந்த ஒரு மருந்துக்கடைக்குச் சென்றாள். “இதிலுள்ள காசையெல்லாம் எடுத்துக்கொள்ளுங்கள். ஆனால் எனக்கு அற்புதம் வேண்டும். அது ஒன்றுதான் என் அண்ணனைக் காப்பாற்றும் என்று என் அம்மாவும் அப்பாவும் சொன்னார்கள்” என்றாள். அப்படி ஒரு மருந்து கிடையாது என்று கடைக்காரர்கள் சொல்லியும் அவள் விடுவதாக இல்லை.

அங்கே நின்றுகொண்டு அவள் பேசுவதையெல்லாம் கேட்டுக்கொண்டிருந்த ஒருவர் அவளிடம் பேச்சுக்கொடுத்து அவளுடன் அவள் வீட்டுக்குச் சென்று நிலமையை நேரில் பார்த்துத் தெரிந்துகொண்டார். பின்னர் அவள் அண்ணன் ஆண்ட்ரூவைக் காப்பாற்றினார். பணம் கொடுத்து அல்ல. பணமே இல்லாமல்! எப்படி? அவரே அறுவை சிகிச்சை செய்து! ஆமாம், ஏனெனில், அவர் புகழ்பெற்ற நரம்பியல் அறுவை சிகிச்சை நிபுணர் டாக்டர். கார்ல்டன் ஆம்ஸ்ட்ராங்தான்! சென்னை ஐஐட்டி சார்பாக நடந்த ஒரு விழாவின்போது இந்தக் கதையை சொன்ன விப்ரோவின் சேர்மன் அஜிம் ப்ரேம்ஜிக்கு நன்றி சொல்லவேண்டும். அதிருக்கட்டும், அந்த மருந்துக்கடையில் டெஸ் பேசிக்கொண்டிருந்த நேரத்தில் மிகச்சரியாக தேவைப்பட்ட டாக்டரைக் கொண்டுபோய் நிறுத்திய அற்புதம் எது?

ஆங்கில இலக்கிய நாடகாசிரியரும் மேதையுமான பெர்னார்ட்ஷா ஆரம்பத்தில் கதைகள், நாவல்கள் எழுதி அனுப்பிக்கொண்டே இருந்தார். ஒன்றுகூட பிரசுரமாகவில்லை. எத்தனை ஆண்டுகள் அப்படிச் செய்துகொண்டிருந்தார் தெரியுமா? ஒன்பது ஆண்டுகள்! பொறுமையாளர்களோடு இறைவன் இருப்பதாகச் சொல்லும் திருக்குரான் வசனம்தான் நினைவுக்கு வருகிறது. ஒன்பது ஆண்டுகள் ஒரு மனிதன் விடாப்பிடியாக, பொறுமையோடு, மனம்தளராமல் இருந்திருப்பது என்னைப் பொறுத்தவரை உலக அதிசயங்களில் ஒன்று. கணையாழி பத்திரிகைக்கு ஒரு கதையை அனுப்பிவிட்டு அது பிரசுரமாகும் செய்தி தெரியவந்த ஆறு மாதங்களுக்குள் நான் பட்டபாடு எனக்குத்தான் தெரியும். அந்த ஆறு மாதங்களில் அனுப்பிய கதையைத்தவிர கூடுதலாக ஒருவரிகூட என்னால் எழுத முடியவில்லை.

தாமஸ் ஆல்வா எடிசன் மின்சார விளக்கைக் கண்டுபிடிப்பதற்கு முன் முயன்று முயன்று தோற்றது எத்தனை முறை தெரியுமா?

பத்தாயிரம் தடவைகள்! நம்முடைய முயற்சிகளுக்கும் சாதனையாளர்களுடைய முயற்சிகளுக்கும் இருக்கும் வித்தியாசம் இதுதான். வெற்றியாளர்கள் விட்டுவிடுவதில்லை. விட்டுவிடுபவர்கள் வெற்றி பெறுவதில்லை என்ற முதுமொழிதான் எவ்வளவு உண்மையானது!

மாலிசாய்சியாவேயின் சாதனைக்குக் காரணம் என்ன? டெஸ்ஸின் தம்பியைக் காப்பாற்றிய அற்புதம் எது? பெர்னார்ட்ஷா, எடிசன் போன்றோரின் வெற்றிக்குக் காரணம் என்ன? எல்லாவற்றுக்கும் ஒரே பதில்தான். மன உறுதி, விடாமுயற்சி. பிடிவாதம். இவைதான். எடுத்த காரியத்தை உடும்புப் பிடியாகப் பிடித்துக்கொண்டதுதான் காரணம். பயிற்சிகளை வெற்றிகரமாகச் செய்வதற்கு இந்தப் பிடிவாதம், காலந்தவறாமை, பொறுமை எல்லாம் தேவை.

நான் ஆல்ஃபா தியானம் சொல்லிக்கொடுத்த சிலர் என்னிடம் கேட்டிருக்கிறார்கள். ஒரு நாளைக்கு இரண்டுமுறை ஆல்ஃபா தியானம் செய்யலாமா என்று. ஒருமுறைதான் செய்யவேண்டும் என்று உறுதியாகச் சொல்லிவிடுவேன். காரணம், அதிக ஆர்வம், அதிக வேகம் ஒருவிதமான பேராசையால் எழுவது. அதிகமான ஆர்வம் என்பது ஆர்வக் கோளாறு. தினமும் பத்துமுறை தண்டால் எடுத்தால் உடல் உறுதியாகும், அழகாகும் என்று சொன்னால், தினமும் ஐம்பதுமுறை எடுப்பார்கள். சீக்கிரமே உடல் உறுதியாகட்டும் என்று. ஆனால் அது பிரசவ வைராக்கியம் மாதிரியானதுதான். ஏனெனில் நாலைந்து நாட்களில் உடல்வலி பொறுக்க முடியாமல் ஒரு மாதத்துக்கு உடற்பயிற்சி செய்பவர்கள் இருக்கும் பக்கம்கூடத் திரும்பிப் பார்க்கமாட்டார்கள். முன்னைவிட உடல் இன்னும் மோசமாகிவிடும்! வேளைக்கு ஒன்று என, மூன்று நாளைக்கு மாத்திரை சாப்பிடவேண்டும் என்று டாக்டர் சொன்னால் ஒரே நாளில் சாப்பிட்டு முடித்துவிட்டால் என்ன என்று யோசிப்போமா? மாட்டோமல்லவா? எல்லா விஷயங்களும் இப்படிப்பட்டவைதான்.

எதையும் கொஞ்சம் கொஞ்சமாகச் செய்ய வேண்டும். தினமும் செய்ய வேண்டும். விடாப்பிடியாகச் செய்ய வேண்டும். எவ்வளவு பிரச்சனைகள் வந்தாலும் செய்ய வேண்டும். அதிக சந்தோஷத்தினால் அதிகமாகச் செய்தால், அச்சம் வரும்போது குறைவாகச் செய்வோம். அல்லது விட்டுவிடுவோம். இப்படி விடாப்பிடியாகத் தொடர்ந்து ஒரு காரியத்தைச் செய்து வந்தால்தான் இன்னொரு முக்கியமான தகுதி நமக்கு வரும். அது என்ன?

▼

15

காட்சி வழிச்சிந்தனை

மனிதன் வார்த்தைகளில் சிந்திப்பதில்லை. காட்சிகள் வழியாகத்தான் சிந்திக்கிறான்

ஓர் அழகான பெண் என்று உங்களிடம் சொன்னால் உங்களுக்கு யார் ஞாபகம் வரும்? ஒரு சினிமா நடிகை, ஒரு சீரியல் நடிகை இப்படி யாராவதுதான், அல்லவா? நீங்கள் திருமணமாகாதவராக இருந்தால் இது ஓகே. ஆனால் திருமணமானவராக இருந்தால் இது ரொம்பத் தப்பு என்கிறார்கள் மனைவிமார்கள்! (கணவன்மார்களும் இதே கதையைத்தான் திருப்பிச் சொல்கிறார்கள்)! இது ஒரு முக்கியமான பிரச்சனைதான். இதுபற்றி "சினிமாவுக்குப்போன சித்தாளு" என்று ஜெயகாந்தன் ஒரு கதையே எழுதியிருக்கிறார். ஒரு நடிகரை நினைத்துக்கொண்டு அவர் உருவம் பதியப்பட்ட பனியனை அணிந்திருக்கும் கணவனின் நெஞ்சில் விழுந்து புரளும் சித்தாளுமனைவி பற்றி! போகட்டும், இங்கே நான் சொல்லவருவது அது பற்றியல்ல. ஆனால் அது தொடர்பானது.

ஒரு வார்த்தையைச் சொன்னவுடன் நமக்கு அந்த வார்த்தை மனதில் தோன்றுவதில்லை. அந்த வார்த்தை எந்தப் பொருளைக் குறிக்கிறதோ, அந்தப் பொருள்தான் நம் மனதின் திரையில் தோன்றுகிறது. குழந்தை என்று சொன்னால், நமக்குத் தெரிந்த ஒரு குழந்தையின் உருவம் நம் மனதில் விரியும். ஜனநாயகம், அழகு, அரசியல் என்று அரூபமான விஷயங்களைக் குறிப்பிடும் வார்த்தைகளைச் சொன்னாலும் அது தொடர்பாக நம் மனதில் பதிந்த காட்சிகள்தான் உடனே நினைவுக்கு வரும். 'ஜனநாயகம்' என்று சொன்னவுடன், பெங்களூருவில் பாராளுமன்ற உறுப்பினர்கள்

அலைபேசியில் நீலப்படம் பார்த்தது நினைவுக்கு வரலாம். 'அரசியல்' என்று சொன்னவுடன் ஒலிபெருக்கியைப் பிடுங்கி அடிக்க வரும் சட்டமன்ற உறுப்பினர்கள் நினைவுக்கு வரலாம்.

வேறு வார்த்தைகளில் சொன்னால், மனிதன் வார்த்தைகளில் சிந்திப்பதில்லை. காட்சிகள் வழியாகத்தான் சிந்திக்கிறான் என்று சொல்லலாம். சொல்லலாம் என்ன, சொல்ல வேண்டும், ஏனெனில் அதுதான் உலகளாவிய, காலம் கடந்த, மொழி கடந்த, ஜாதி, இனம் என்று எல்லாவற்றையும் கடந்த, எல்லாருக்குமான உண்மையாக இருக்கிறது. எதையும் காட்சிப்படுத்திப் பார்க்கும் இந்த ஆற்றல் இறைவனால் கொடுக்கப்பட்ட இயற்கை வரமாகும். ஆங்கிலத்தில் இதை visualization என்று கூறுகிறார்கள்.

இந்த உண்மையை, இந்த நன்மையை நாம் அனைவரும் நமது முன்னேற்றத்துக்குப் பயன்படுத்துவதில்லை என்பதுதான் சோகமே.

ஆனால் வரலாற்றைப் புரட்டிப் பார்த்தால், பெருவெற்றி பெற்ற, சாதனை படைத்த யாருடைய வாழ்விலும் இந்தக் காட்சிப்படுத்திப் பார்க்கும் பண்பு பெரும் பங்கு வகித்திருப்பது புரியும்.

அவர் பெயர் மோரிஸ் குட்மேன் (Morris Goodman). பெயருக்கேற்றாற்போல் நல்ல மனிதர். ஒரு இன்ஷூரன்ஸ் கம்பனியின் ஏஜண்டாக வேலை பார்த்து வந்தார். நல்ல வருமானம். பணம், புகழ் எல்லாம் கிடைத்தது. கூடவே சொந்தமாக ஒரு விமானமும். அங்கேதான் பிரச்சனை ஆரம்பமானது. ஏதோ ஒரு இடத்தில் இறங்கும்போது அது விபத்துக்குள்ளானது. அது மோரிஸின் வாழ்க்கையை தலைகீழாகப் புரட்டிப் போட்டது. அவருடைய கழுத்தெலும்பு இரண்டு இடங்களில் உடைந்து போனது. முதுகுத்தண்டு முற்றிலுமாக நசுங்கிப்போனது. அவருடைய சிறுநீரகம், குடல்கள், வயிறு, உதரவிதானம் எல்லாமே செயலற்றுப்போயின. அவரால் சாப்பிடவோ, குடிக்கவோ, பேசவோ முடியாது. உயிர் மட்டும் மீதியுள்ள பிணம்போல அவர் மருத்துவமனையில் கிடந்தார். அவரால்

செய்ய முடிந்ததெல்லாம் இரண்டு காரியங்கள்தான். வேண்டும் என்றால் ஒரு முறையும், வேண்டாமென்றால் இரண்டு முறையும் கண்களை மூடித்திறப்பார். அவ்வளவுதான் அவரது இயக்கம்.

ஆனால் அந்தச் சூழ்நிலையிலும் அவருக்கு ஒன்று தெளிவாகத் தெரிந்திருந்தது. ஒரு மனிதன் எதை நினைக்கிறானோ அதுவாகவே அவன் ஆகிறான் என்பதுதான் அது. As a man thinketh என்ற பைபிள் வாசகம் பிரபலமானது. எனவே அவரும் நினைக்க ஆரம்பித்தார். காட்சி வடிவத்தில். நமக்கிருக்கும் பிரச்சனைகளை ஒவ்வொன்றாகத் தீர்க்கலாம் என்ற முடிவோடு.

அவரது முதல் முயற்சி தன் மீது பொருத்தியிருக்கும் வெண்டிலேட்டரை எடுத்துவிட்டு இயற்கையாக மூச்சு விடுவதுதான். அதற்கான முதல் முயற்சியாக கொஞ்சம் காற்றை அந்த யந்திரம் மூலம் உறிஞ்சி உள்ளே இழுக்க முயன்றார். அப்படி அவர் ஒவ்வொரு முறை முயன்றபோதும் அவரது நுரையீரல் எதிலோ போய் இடித்து கடுமையான வேதனை கொடுத்தது. என்றாலும் அவர் விடவில்லை. கடுமையாக முயன்று நூறு முறை மூச்சு விட்டார். பிறகு 200 முறை, பிறகு 300 முறை! அப்படிச் செய்தபோது அவரது நுரையீரல் மூன்று மடங்கு பெரிதானது! வெண்டிலேட்டரை மருத்துவர்கள் எடுத்துவிட்டார்கள். ஆனால் எப்படி அவரால் மூச்சுவிட முடிந்தது என்ற அதிசயம் மட்டும் அவர்களுக்குப் புரியவே இல்லை.

அவரது அடுத்த ப்ராஜக்ட் கிறிஸ்துமஸுக்கு முன் எழுந்து நடப்பதுதான்! அதற்காக அவர் தினமும் செய்தது ஒன்றுதான். நடப்பது மாதிரி கற்பனை செய்தார். ஆனால் அவர் காட்சி வடிவத்தில் நினைத்தது போலவே அடுத்த கிறிஸ்துமஸில் அவர் எழுந்து நடமாடவும் செய்தார்! டயஃப்ரம் எனப்படும் அவரது உதரவிதானம் முழுமையாகக் கெட்டுக் கிடந்ததால், தனது மன உறுதியின் மூலமும், காட்சிப்படுத்துதலின் மூலமும் அதற்குப் பதிலாக தன் வயிற்றுத் தசையை அவர் பயன்படுத்தினார்! இப்படி இந்த உலகில் செய்ய முடிந்த ஒரே மனிதர் இவர்தானாம்! ஒரு வாக்கியத்தைப் பேச அவருக்கு இரண்டு ஆண்டுகளானது. ஆனால் பிடிவாதமாக, காட்சிப்படுத்திப் பார்த்தலின் மூலமாக மட்டுமே குணமடைந்த இவர் "அற்புத மனிதர்" என்று மிகச்சரியாக வர்ணிக்கப்படுகிறார்.

"தளபதி" திரைப்படத்தில் மம்மூட்டி கடுமையாக வெட்டுப்பட்டு மருத்துவமனையில் உயிருக்குப் போராடிக்கொண்டிருப்பார். அவரைப் பார்த்துவிட்டு வரும் அவரது தளபதி ரஜினி, அவர் மனைவி கீதாவிடம் போய், தேவா பிழைத்துக்கொள்வார் என்று கூறுவார். டாக்டர் சொன்னாரா என்று மனைவி கீதா கேட்பார்.

அதற்கு ரஜினி, "இல்லை, அவனே சொன்னான்" என்று சொல்வார். அதைக்கேட்ட ஆடியன்ஸ் சிரித்தார்கள். ஆனால் அது சிந்திக்க வேண்டிய அற்புதமான வசனம். ஏனெனில், டாக்டர் என்ன நினைக்கிறார் என்பது முக்கியமல்ல. நோயாளி என்ன நினைக்கிறார் என்பதுதான் அவரைக் காப்பாற்றப் போதுமான மருந்தாகவும் சிகிச்சையாகவும் இருக்கிறது. எண்ணம்தான் வாழ்வு. இன்னும் சரியாகச் சொன்னால், காட்சி ரீதியான எண்ணம்தாம் வாழ்வாக மலர்கிறது.

கூடைப்பந்து மேதை மைக்கேல் ஜோர்டான் உடலை இரண்டு முறை முழுமையாக 720 டிகிரி திருப்பி பின்பு பந்தை கூடைக்குள் செலுத்தி 'கோல்' போடுவார். அவர் கையில் பந்து போய்விட்டதென்றால் அடுத்தது 'கோல்'தான். தினசரி, அடிக்கடி, பந்து கோலில் விழுவது போன்ற காட்சியை தன் மனத்திரையில் பார்த்ததுதான் அவரது அபார விளையாட்டின் ரகசியமாக உள்ளது.

கால்ஃப் பந்து விளையாட்டில் உலகில் முதல் இடத்தில் இருக்கும் டைகர் உட்ஸ் என்பவர் பயன்படுத்தியதும் இந்த உத்திதான். பந்து எங்கே போய், எந்தக் குழியில் விழ வேண்டுமோ அதில் விழுவதாக அவர் அடிக்கடி கற்பனை செய்வார்.

ஹாலிவுட் நடிகர் ஜிம்கேரி ஆரம்பத்தில் ரொம்பக் கஷ்டப்பட்டார். ஆனால் அவர் ஒரு வித்தியாசமான காரியம் செய்தார். 1995ம் ஆண்டு நன்றி செலுத்தும் நாளில் தேதியிட்டு, பத்து மில்லியன் டாலர்களுக்கான காசோலையை அவருக்கு அவரே கொடுத்துக்கொண்டார்! தன் பைக்குள் வைத்திருந்த அந்தக் காசோலையை எடுத்து அவர் அடிக்கடி பார்த்துக்கொண்டார். ஆனால் நன்றி செலுத்தும் நாளுக்கு ஆறு மாதங்களுக்கு முன்பு அவருக்கு ஒரு திரைப்படத்தில் நடித்ததற்காக பத்து மில்லியன் டாலர்கள் சம்பளம் கிடைத்தது! அதன் பிறகு 20 மில்லியன் டாலர்கள் சம்பளம் பெறுமளவு அவர் பெரிய நடிகரானது வேறு விஷயம்.

எதை நாம் காட்சி ரீதியான மனதில் அடிக்கடி ஓட்டுகிறோமோ அதுதான் நடக்கிறது. விரைவாகவோ தாமதமாகவோ. நாம் புரிந்துகொள்ள வேண்டிய முக்கியமான விஷயம் இதுதான். விடாப்பிடியாக ஒரு காரியத்தைத் தொடர்ந்து நாம் செய்து வரும்போது, நமக்கு இயல்பாகவே அமைந்திருக்கும் காட்சிப்படுத்தும் திறமையும் வேகமாக வளரும். ஆனால் அதற்குச் சில மனத்தடைகளைத் தாண்டி வந்தாக வேண்டும்.

▼

16

அவமான ஏணி

"நம்மிடத்தில் உள்ள அவசியமில்லாத அனைத்தையும் நீக்குவதற்குப் பெயர்தான் தோல்வி"

அந்தச் சிறுவனுக்கு ஒன்பது வயதிருக்கும். ஆனால் பேச்சு சரியாக வரவில்லை. பெற்றோர்களுக்கு ரொம்ப பயமாகிப் போனது. பையனுக்கு டிஸ்லெக்சியா என்ற வியாதி வந்திருக்குமோ என்று சந்தேகிக்கப்பட்டது. டிஸ்லெக்சியா என்பது உண்மையான வியாதிதான். பாண்டியராஜன் சொல்லும் 'இஸ்துமேனியா கலக்கலேசியா' போன்றதல்ல. எழுத்துக்கூட்டி வாசிக்கும் திறன் குறைவை அந்த வியாதி குறிக்கிறது.

ஆக, ஒன்பது வயதாகியும் பையனுக்குப் பேச்சு சரியாக வரவில்லை. எழுத்துக்கூட்டி வாசிப்பதில் சிரமம் இருந்தது. என்றாலும் தன் பிள்ளை நன்றாகப் படிக்க வேண்டும் என்றுதானே பெற்றோர்கள் நினைப்பார்கள்? பையனின் தந்தை ஹெர்மனும் அப்படித்தான் நினைத்தார். ஒரு பள்ளிக்கூடத் தலைமையாசிரியரிடம் கூட்டிப்போய், "என்ன படிக்க வைத்தால் இவனுக்கு நல்லது?" என்று கேட்டார். அதற்கு அந்தத் தலைமை ஆசிரியர் என்ன சொன்னார் தெரியுமா?

"ம்ஹூம், எது படிக்க வைத்தாலும் பிரயோஜனமில்லை. இவன் எதிலுமே உருப்படப் போவதில்லை" என்றார்!

உருப்பட வாய்ப்பே இல்லை என்று அவமானப்படுத்தப்பட்ட அந்தப் பையன் யார் தெரியுமா? வேறு யாருமல்ல, மேதை ஆல்பர்ட் ஐன்ஸ்ட்டீன்! தாமஸ் ஆல்வா எடிசனின் ஆசிரியர்கூட இதே மாதிரிதான் அவரைப் பற்றிச் சொன்னார். இசைமேதை பீத்தோவனையும்

அவரது இசையாசிரியர் இப்படித்தான் திட்டினார். "திறமை இல்லை" என்பதற்காக உயர்நிலைப்பள்ளி கூடைப்பந்தாட்டக் குழுவிலிருந்து மைக்கேல் ஜோர்டான் நீக்கப்பட்டார். பிற்காலத்தில் கூடைப்பந்தாட்டத்தில் ஒரு மேதையென வர்ணிக்கப்பட்டவர்! மரியாதைக்குரிய ஆசிரியர்களிடம் அவமானப்படும் மாணவர்கள் பிற்காலத்தில் மேதைகளாகும் வாய்ப்பு உண்டு என்று இதிலிருந்து தெரிகிறது!

அவள் ஒரு திருமணமான பெண். ஆனால் கணவர் அவளோடு இல்லை. மகள் மட்டும் உண்டு. வசதி இல்லை. ஆதரவாக இருந்த அம்மாவும் இறந்துபோனார். அந்தப் பெண்ணுக்கு நன்றாகத் தெரிந்ததெல்லாம் கதை எழுதுவதுதான். அதுவும் குழந்தைகளுக்கான கதை. அவளிடம் ஒரு ஹைதர் காலத்து டைப்ரைட்டர் இருந்தது. அதை எப்படியோ தள்ளி, உருட்டி, என்னென்னவோ செய்து, குழந்தைகளுக்கான ஒரு ஃபேன்டஸி நாவலை எழுதி முடித்தாள். ஆனால் இங்கிலாந்தில் இருந்த எந்தப் பதிப்பகத்தாரும் அதனைச் சீண்டிப் பார்க்கவில்லை. பன்னிரண்டு பதிப்பகங்கள் அந்த நாவலை நூலாகக் கொண்டுவர முடியாது என்று மறுத்துவிட்டிருந்தன.

கடைசியில் இங்கிலாந்திலிருந்த ப்ளூம்ஸ்பரி என்ற ஒரு சின்னப் பதிப்பகம் அதனை வெளியிட ஒத்துக்கொண்டு அவளுக்கு 1500 பவுண்டு அட்வான்ஸ் பணமும் கொடுத்தது. இப்படியெல்லாம் கஷ்டப்பட்ட அந்தப் பெண் எழுத்தாளர் யார் தெரியுமா? ஏழு பாகங்களாக வெளிவந்து உலகைக் கலக்கிய, லட்சக் கணக்கில், இல்லை இல்லை, கோடிக்கணக்கில் விற்றுத்தீர்ந்து புத்தக விற்பனை வரலாற்றில் சாதனைகள் படைத்த ஹாரி பாட்டர்

நாவலை எழுதிய ஜெ.கெ.ரோலிங் என்பவர்தான்! இதுவரை அந்த நாவல் நாலு கோடிக்கும் மேலான பிரதிகள் விற்றுள்ளன! இங்கிலாந்தின் பன்னிரண்டாவது கோடீஸ்வரி என்று ரோலிங் அறியப்படுகிறார்! "நம்மிடத்தில் உள்ள அவசியமில்லாத அனைத்தையும் நீக்குவதற்குப் பெயர்தான் தோல்வி" என்கிறார் ரோலிங். எவ்வளவு அழகான, உண்மையான வார்த்தைகள்!

அவர் ஒரு அட்வகேட். அதுவும் லண்டனில் படித்த பாரிஸ்டர். ஆனால் இந்திய நாட்டுக்காரர். அப்துல்லா சேத் என்பவருடைய வழக்கை எடுத்து நடத்துவதற்காக தென் ஆப்பிரிக்கா போயிருந்தார். அது தொடர்பாக பிரிட்டோரியா என்ற ஊருக்கு அவர் ரயில் பயணம் செய்ய டிக்கட் எடுத்திருந்தார். முதல் வகுப்பில். ஆனால் மாரிட்ஸ்பர்க் என்ற ஊரில் அவர் இருந்த ரயில் பெட்டியில் ஏறிய ஒருவர் இவர் இந்தியர் என்று தெரிந்ததும் முகத்தைச் சுழித்துக் கோபமாக அங்கிருந்து போய் இரண்டொரு அதிகாரிகளை அழைத்துவந்தார். இந்தியர்கள் என்றால் கருப்பு நாய்கள் என்று அங்கே அர்த்தம். ஆனால் நமது வக்கீல் ஒன்றும் கருப்பல்ல. நல்ல சிவப்பு. ஆனாலும் இந்தியர் என்பதால் கருப்பு!

வந்த அதிகாரிகளில் ஒருவர் நமது வக்கீலை இறங்கி சரக்கு வண்டியில் ஏறிக்கொள்ளச் சொன்னார்! எவ்வளவு கொழுப்பு பாருங்கள்! ஆனால் என்னிடம் முதல் வகுப்புப் பயணத்துக்காக டிக்கட் இருக்கிறது என்று அப்பாவியாகச் சொன்னர் அந்த அட்வகேட்.

"அதைப்பற்றி அக்கறையில்லை. நீர் சரக்கு வண்டிக்குப் போகவேண்டும் என்று நான் கூறுகிறேன்" என்றார் அதிகார தொனியில்.

ஆனால் பெட்டியில் இருந்து தான் இறங்க முடியாது என்று அவர் சொன்னதும் போலீஸ்காரர் அழைத்துவரப்பட்டு, அவர் அட்வகேட்டின் கையைப் பிடித்து இழுத்துக் கீழே தள்ளினார். கைப்பையை மாத்திரம் எடுத்துக்கொண்டு பிரயாணிகள் தங்குமிடத்தில் போய் உட்கார்ந்தார் அட்வகேட். தென்னாப்பிரிக்காவில் சாதாரணமாகவே சீதோஷ்ணம் 30 டிகிரிக்கும் குறைவாகவே இருக்கும். குளிர்காலத்தில் உறைநிலைக்கும் கீழே போகும். அட்வகேட் அமர்ந்திருந்த மாரிட்ஸ்பர்க் மிக உயரத்தில் இருந்ததாலும், அது குளிர்காலம் என்பதாலும், நள்ளிரவு என்பதாலும் குளிரில் அவர் உடல் பூராவும் தந்தியடித்துக்கொண்டிருந்தது.

ஒரு பாரிஸ்டருக்குக் கிடைத்த உச்சபட்ச அவமானம் அது. நடுங்கிக்கொண்டே அவர் யோசித்தார். நமக்கே இந்தக் கதி

என்றால், இங்கு வாழும் சாதாரண, படிக்காத, கூலி வேலை பார்க்கும் ஏழை இந்தியர்களின் கதி என்னவாகும்? அந்த யோசனைதான் இந்தியாவுக்கு சுதந்திரம் வாங்கிக்கொடுத்தது. அந்த அவமானம்தான் தேசத்துக்கு ஒரு தந்தையைக் கொடுத்தது. ஆம். அந்த அட்வகேட் வேறு யாருமல்ல. மகாத்மாதான்.

அவமானம், தோல்வி என்பதெல்லாம் ஒரு பூவின்மீது திராவகத்தை ஊற்றுவதைப் போன்றது. ஒரு மனிதனை அது உச்சிக்கும் கொண்டுசெல்லும், பாதாளத்துக்கும் கொண்டு செல்லும். ஆனால் கீழே போகின்றவர்கள்தான் அதிகம். அவமான ஏணியில் ஏறிப் புகழின் உச்சியை, வெற்றியின் சிகரத்தை அடைபவர்கள் மிகக்குறைவு. ஆனால் வரலாற்றில் நம்மால் பார்க்க முடிகிற எல்லா சாதனையாளர்களுமே

17

தலையா இதயமா

"லைலாவை நீங்கள் என் கண்களால் பார்த்திருக்கிறீர்களா?"

ஏதாவதொரு கட்டத்தில் தொடர்ந்த தோல்விகளையும், அவமானங்களையும் அனுபவித்தவர்கள்தான். ஆனால் அவர்கள் தாங்கள் கண்ட தோல்விகளையும் பட்ட அவமானங்களையும் எப்படி எடுத்துக்கொண்டார்கள் தெரியுமா? இந்தக் கதையைக் கேளுங்கள்.

ஒரு விமானம் பறந்துகொண்டிருந்தது. ஒரு விமானத்தின் சராசரி வேகம் மணிக்கு *300* கிலோமீட்டர்கள் இருக்கும். அப்போது அதைத் தாண்டிக்கொண்டு ஒரு ராக்கட் மின்னல் வேகத்தில் பாய்ந்து சென்றது. ராக்கட்டின் சராசரி வேகம் மணிக்கு *1700* மைல்கள் இருக்கும்.

"ஏன் இவ்வளவு அவசரம்? எதற்கு இப்படி பதறியடித்துக்கொண்டு போகிறாய்?" என்று ராக்கட்டைக் கேட்டது விமானம். அதற்கு ராக்கட் சொன்ன பதில் என்ன தெரியுமா?

"ம்ஹ்ம், உனக்கென்ன, எனக்கு மாதிரி உன் பின்னாடியும் யாராவது நெருப்பு வைத்திருந்தால் தெரியும்" என்றதாம் ராக்கட்!

சிரிப்பு வரவழைக்கும் இந்தக் கதையில் நமக்கான ஒரு நல்ல செய்தி இருக்கிறது. அவமானம், தோல்வி என்பதெல்லாம் நெருப்பு மாதிரி. அது எரிய எரியத்தான் நாம் ராக்கட் மாதிரி மேலே மேலே போய்க்கொண்டிருப்போம். எதையும் தாங்கும் இதயம் வேண்டும் என்று அண்ணா சொன்னார். ஏன்? எதையும் தாங்கும் இதயம் ஒருவருக்கு உண்மையிலேயே வந்துவிட்டதென்றால் துன்பம், தோல்வி, அவமானம் என்று கருதப்படும் எல்லாமே அதனதன் தன்மையை இழந்துவிடும். மனத்தடைகள் நீங்கும்போதுதான் வரவேண்டியது வரும். கிடைக்க வேண்டியது கிடைக்கும். போக வேண்டியது போகும்.

▼

அவளுக்குப் பதினான்கு வயது. பெயர் மடில்டா க்ராப்ட்ரீ. அவளுடைய அம்மா, அப்பா வெளியில் சென்றிருந்தனர். அவளும் தோழிகளைப் பார்க்கச் சென்றிருந்தாள். வீட்டுக்கு அம்மாவும் அப்பாவும் திரும்பி வந்தபோது வீடு அமைதியாகத்தான் இருந்தது. மகள் நண்பர்களோடு இருப்பாள் என்று பெற்றோர் நினைத்தனர். ஆனால் மடில்டா திரும்பி வந்தது அவர்களுக்குத் தெரியாது. தன் பெற்றோர்களை பயமுறுத்த மடில்டா விரும்பினாள். அறையைத் திறந்து அவர்கள் உள்ளே வந்தபோது எங்கோ ஒளிந்துகொண்டிருந்த அவள் திடீரென எழுந்து "ப்பூ" என்று கத்தினாள்.

அவ்வளவுதான். யாரோ எதுவோ என்று நினைத்த அவள் தந்தை தன்வசமிருந்த .357 ரக பிஸ்டலால் மடில்டாவின் கழுத்தை நோக்கிச் சுட்டார். இது நடந்த பன்னிரண்டு மணி நேரம் கழித்து மகள் மடில்டா காப்பாற்ற முடியாமல் இறந்துபோனாள்.

இந்த நிகழ்ச்சியைத் தனது உலகப் புகழ் பெற்ற Emotional Intelligence *என்ற நூலில் அதன் ஆசிரியர் டேனியல் கோல்மேன் குறிப்பிடுகிறார். கத்தியது தனது மகள்தான் என்ற உண்மை மூளைக்குள் பதிவாவதற்கு முன்பே அச்சம் அவள் தந்தையை ஆட்கொண்டு துப்பாக்கியின் விசையை அழுத்தவைத்திருந்தது. விசையை அழுத்திய அடுத்த கணத்திலேயே அய்யய்யோ அது மகளின் குரலாயிற்றே என்று அவருக்குத் தோன்றியிருக்கலாம்.*

ஆனால் பிரயோஜனமில்லை. மகளின் குரல்தான் என்று அறிவு புரிந்துகொண்டது. ஆனால் அச்சம் என்ற உணர்ச்சி முந்திக்கொண்டு விசையை அழுத்திவிட்டது. இப்படியாக உணர்ச்சிக்கும் அறிவுக்குமான போராட்டத்தில் சிக்கிக்கொண்டு தவிக்கிறது மனித வாழ்வு.

‘‘டேய், என்னையா அடிச்சே, நா சிங்கம்டா” என்று ஒவ்வொரு அடிக்கும் அழுதுகொண்டே காமடியன் கூறும் நகைச்சுவை வசனம் பழைய தமிழ்ப்படம் ஒன்றில் வரும். மூன்றாவது முறை அவன் வாயிலிருந்து வெளியாகும் “சிங்கம்” ரொம்ப கொழகொழத்து நசுங்கிப் போன மண்புழு போல வரும்! “நா சிங்கம்டா” என்பது அறிவின் பேச்சு. ஆனால் அவன் கோழைத்தன உணர்ச்சியின் வெளிப்பாடு கண்ணீருடனான நா தழுதழுக்கும் பேச்சு.

“விழியே கதை எழுது” என்ற எம்ஜியார் படப்பாடல் மெட்டில் “மனமே பயம் எதற்கு” என்று ஒரு பாடல் எழுதப்பட்டு அதை என் தம்பி முதன் முறையாக மேடையேறிப் பாடியது எனக்கு நன்றாக நினைவிருக்கிறது. இதை ஏன் சொல்கிறேன் என்று கேட்கிறீர்களா? காரணம் இருக்கிறது. அவர் முதன் முறையாக மேடையேறிப் பாடிய பாடல் என்பதால் அவருக்கு நடுக்கமிருந்தது. கைகளைத் தொடைகளோடு பிணைத்துக்கொண்டு, நடுங்கும் உடலைக் காட்டிக்கொடுக்காமல், “பயம் எதற்கு” என்று அவர் பாடியது வாழ்வில் அங்கதச் சுவைகளில் ஒன்று!

அந்தப் பெண்ணின் கணவர் அவரை விட்டுப் பிரிந்து போய்விட்டார். முறையாக அல்ல. திடீரென்று கைகழுவி விட்டு. அப்பெண்மணி தன்னைக் கைவிட்டுப் போன கணவர் மீது மிகுந்த கோபமாக இருந்தார். நியாயம்தானே? “அவர் இல்லாவிட்டால் என்ன, என்னால் வாழ முடியாதா? இப்போதுதான் நான் மிகவும் சுதந்திரமாக இருக்கிறேன். இனி என் திறமைகளையெல்லாம் இந்த உலகுக்கு நான் காட்டுவதற்கு எந்தத் தடையுமிருக்காது. என் மகளை நானே என் விருப்பப்படி வளர்ப்பேன்” என்று ஆக்ரோஷமாகக் கூறினார். ஆனால் அப்படிச் சொல்லிக்கொண்டிருந்தபோது அவர் கண்கள் கலங்கி இருந்தன.

சைக்கிள் ஓட்டக் கற்றுக்கொள்ளும்போது, “எதிரில் வரும் தயிர்க்காரியின் மீது மோதாமல் ஓட்ட வேண்டும், மோதாமல் ஓட்டவேண்டும்” என்று நினைத்துக்கொண்டே, அல்லது சொல்லிக்கொண்டே போய் மிகச்சரியாகத் தயிர்ப்பானை யின்மீது மோதி உடைத்த அனுபவம் நமக்கெல்லாம் இருக்கிறது. தயிர்ப்பானையாக இல்லாவிட்டால், அதையொத்த பிருஷ்டங்களாக இருக்கலாம். வித்தியாசம் அவ்வளவுதான். ஆனால் நம் அனைவருக்குமே இவ்வகை 'தயிர்ப்பானை'அனுபவங்கள் நிச்சயமாய் வாய்த்திருக்கும்.

லூகி பிராண்டலோ என்று ஒரு இத்தாலிய நாடகாசிரியர், எழுத்தாளர் இருந்தார். 1934ம் ஆண்டுக்கான நோபல் பரிசு பெற்றவர். “வார்” (போர்) என்று அவருடைய சிறுகதை ஒன்றில், போருக்குத் தன் பிள்ளைகளை அனுப்பிய பெற்றோர்களெல்லாம் ரயில் பெட்டியில் அமர்ந்து கண்ணீர் மல்கத் தம் கதைகளைச் சொல்லிக் கொண்டிருப்பார்கள். அதையெல்லாம் எதிரில் அமர்ந்து கேட்டுக்கொண்டிருந்த ஒரு முதியவர் திடீரென்று வீர வசனம் பேசுவார்.

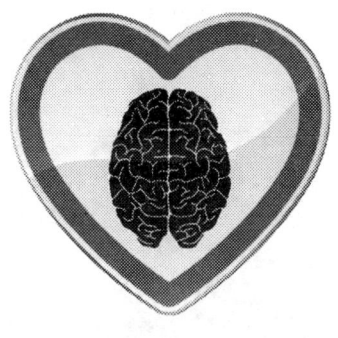

“நான் என்னுடைய ஒரே மகனைப் போருக்கு அனுப்பி யிருக்கிறேன். நம்மைவிட நம் நாடுதான் முக்கியம். அவன் போரில் இறந்துபோய்விட்டான். ஆனால் அவன் நாட்டுக்காக உயிரை விட்டிருக்கிறான். எப்படிச் சாக வேண்டுமோ அப்படிச் செத்திருக்கிறான். அதை நினைத்து நான் பெருமை கொள்ள வேண்டுமே தவிர, அழக்கூடாது” என்றெல்லாம் அந்தக் கம்பார்ட்மெண்ட்டில் இருந்தவர்களிடம் எடுத்துச் சொல்வார்.

அதைக் கேட்டுக்கொண்டிருந்த இன்னொரு தந்தை அவரிடம், “உங்களை நினைத்தால் எனக்கு ரொம்பப் பெருமையாக இருக்கிறது. ஆனால் எனக்கொரு சந்தேகம். உங்கள் மகன் உண்மையிலேயே இறந்துவிட்டானா?” என்று கேட்பார்.

அவ்வளவுதான். அந்தப் பெரியவர் ஒரு கைத்துண்டை எடுத்து முகத்தை மறைத்துக் கொண்டு தேம்பித் தேம்பி அழ ஆரம்பிப்பார். அத்துடன் கதை முடிகிறது.

இந்த உதாரணங்களெல்லாம் சொல்வது என்ன? மனிதன் இரண்டு வகையான ஆற்றல்களுக்கு மத்தியிலே சிக்கிக்கொண்டு

வாழ்கிறான். ஒன்று அறிவு. இன்னொன்று உணர்ச்சி. ஒன்று தலை. இன்னொன்று இதயம். இதில் எது அதிக ஆற்றல் மிக்கது என்றால் சந்தேகமில்லாமல் உணர்ச்சிதான். இந்தக் காரை ஏன் வாங்கினீர்கள் என்ற கேள்விக்கு, “அது அதிக மைலேஜ் தருகிறது” என்று பதில் சொன்னால், அறிவின் அடிப்படையில் அவர் செயல்பட்டதாக அர்த்தம். ஆனால், “அந்த ப்ராண்ட் எனக்கு ரொம்பப் பிடிக்கும்”, “அந்தக் கலர் சூப்பர்” இப்படிப் பதில் சொன்னால் உணர்ச்சியின் அடிப்படையில் முடிவுகள் எடுக்கப்பட்டன என்று அர்த்தம்.

கார் என்ன, நமது வாழ்வின் மிகமிக முக்கியமான முடிவுகள் யாவுமே உணர்ச்சி வேகத்தில் எடுக்கப்படுபவைதானே? காதல், கல்யாணம் இரண்டையும் எடுத்துக்கொண்டாலே போதும்.

காதலனுக்குத் தன் காதலிதான் உலக அழகி. காதலில்லாதவன் அவளைப் பார்த்தால் அவள் சுமாரானவளாகவோ, ஏன் அசிங்கமானவளாகவோகூடத் தெரியலாம்.

லைலாவைவிட அழகிகளையெல்லாம் வரிசையாக நிறுத்தி, ‘‘இவர்களில் ஒருத்தியை நீ தேர்ந்தெடுத்துக்கொள். ஆனால் லைலாவை விட்டுவிடு” என்று மஜ்னூனிடம் சொன்னபோது அவன், “லைலாவைவிட அழகி இந்த உலகில் யாருமே இல்லை. இவர்களெல்லாம் லைலாவின் கால் தூசிக்குக்கூட வரமாட்டார்கள்” என்று சொன்னான்.

கேட்டவர்கள் அதிர்ந்து போனார்கள். ஏனென்றால் அவனிடம் காட்டப்பட்ட பெண்கள் உண்மையிலேயே உலக அழகிகள். லைலா கறுப்பு வேறு. ஆனால் அப்பெண்களோ மூச்சுக்காற்று பட்டாலே ரத்தமாகச் சிவந்து போகும் நிறத்தைக் கொண்டவர்கள். அவர்களைப் பார்த்து மஜ்னூன் அப்படிச் சொன்னான். எப்படிச் சொல்கிறாய் என்று கேட்டதற்கு மஜ்னூன் ஒரு

அழகான கேள்வியைக் கேட்டான்: "லைலாவை நீங்கள் என் கண்களால் பார்த்திருக்கிறீர்களா?"

ஆஹா அதுதான் காதல். அதுதான் உணர்ச்சியின் வெற்றி. ஒரு கணவனும் மனைவியும் பேசிக்கொண்டார்கள். "உங்களைப் பார்க்காமலேயே திருமணம் செய்துகொண்டேனே நான் எவ்வளவு தியாகம் செய்திருக்கிறேன் பார்த்தீர்களா?" என்று மனைவி சொன்னாள். அதற்குக் கணவன், "உன்னைப் பார்த்தும்கூட நான் உன்னையே திருமணம் செய்தேனே, நான் எவ்வளவு பெரிய தியாகி என்று புரிகிறதா?" என்றானாம்! உணர்ச்சி வேகத்தில் எதைச் செய்தாலும் பின்னாளில் அதற்காக நாம் வருத்தப்படத்தான் வேண்டிவரும்!

அப்படியானால் உணர்ச்சியை ஒழித்துவிடலாமா? அது முடியவே முடியாது. உணர்ச்சிதான் நம்முடைய உந்து சக்தி. அதுதான் நம்மை மேலே மேலே கொண்டு செல்லக்கூடிய ஒரே சக்தி. அப்படியானால் என்ன செய்ய வேண்டும்?

▼

18

இதோ சாவி உங்கள் கையில்

உணர்ச்சியைக் காட்டும்போது அது நமது கட்டுப்பாட்டுக்குள் இருக்கிறது. ஆனால் உணர்ச்சிவசப்படும்போது நாம் உணர்ச்சியின் கட்டுப்பாட்டில் இருக்கிறோம்

கடவுளுக்கும் மனிதனுக்கும் இடையில் இடைத்தரகர்கள் தேவையில்லை என்பதைப் புத்தரின் போதனைகள் உணர்த்திக்கொண்டிருந்தன. அதனால் 'தொழில்' பாதிக்கப்பட்ட சிலர் புத்தரைப் பார்த்து வெகுவாக வசைபாடினார்கள். புத்தர் எப்போதும்போல அமைதியாக இருந்தார். ஆனால் சீடர்கள் கொதிப்படைந்தனர். குறிப்பாகப் பிரதம சீடரும் புத்தரின் உறவினருமான ஆனந்தர். புத்தர் ஏன் அமைதியாக அவர்கள் பேசுவதையெல்லாம் கேட்டுக்கொண்டிருந்தார் என்றுதான் அவர்களுக்குப் புரியவில்லை.

கடைசியில் புத்தர் பேசினார். "நான் இன்னொரு ஊருக்குச் செல்ல வேண்டும். நீங்கள் பேச வேண்டியதையெல்லாம் பேசி விட்டீர்களென்றால் நல்லது. ஆனால் ஏதேனும் பாக்கி இருந்தால் நான் திரும்பி இந்தப் பக்கமாகத்தான் வருவேன். அப்போது நீங்கள் அதை வைத்துக்கொள்ளலாம்" என்றார்.

வசைபாடியவர்களுக்கு ஒன்றுமே புரியவில்லை. இப்படி ஒரு மனிதன் இருக்க முடியுமா? புத்தர் தொடர்ந்தார், "இதேபோன்ற சூழ்நிலை சில ஆண்டுகளுக்கு முன்பு ஏற்பட்டிருந்தால் நீங்கள் ஒருவர்கூட உயிரோடு திரும்பிப் போயிருக்க சாத்தியமில்லை. ஆனால் நீங்கள் மிகவும் காலம்கடந்து வந்துவிட்டீர்கள். நீங்கள் செய்யும் எந்தக் காரியத்துக்கும் நான் எதிர்வினை ஆற்றவேண்டுமென்று நீங்கள் ஆசைப்பட்டால் அது முடியாது. நான்

சுதந்திரமானவன். என் விருப்பப்படிதான் நான் செயல்படுவேன். உங்கள் எதிர்பார்ப்புகளுக்கு ஏற்றவாறு என்னால் செயலாற்றிக்கொண்டிருக்க முடியாது" என்றார்.

அவர் விழித்துக்கொண்டவர். விடுதலை பெற்றவர். அவர் எந்த உணர்ச்சிக்கும் அடிமையாக மாட்டார். தனது லிம்பிக் சிஸ்டத்தையும், அமிக்டாலாவையும் நியோகார்டக்ஸின்

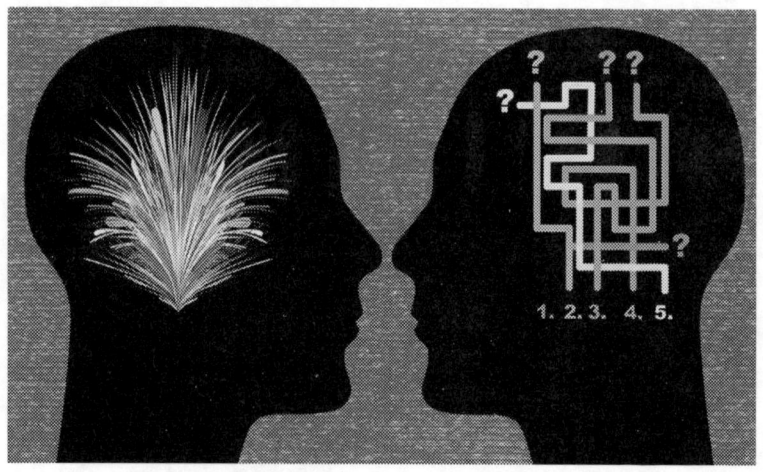

கட்டுப்பாட்டுக்குள் வைக்க அவரால் முடியும். என்ன இது என்கிறீர்களா? ஒன்றுமில்லை. எல்லாம் நமது மூளையின் பாகங்கள்தான்.

நியோகார்டக்ஸ் என்பது அறிவின் தலைமைப்பீடம். லிம்பிக் சிஸ்டம் என்பது உணர்ச்சியின் தலைநகரம். அங்கே உணர்ச்சித் துப்பாக்கி ஏந்தி அறிவைக் கேட்காமல் கொள்ளாமல் சகட்டு மேனிக்குச் சுட்டுத்தள்ளும் வீரர்கள்தான் இரண்டு அமிக்டாலாக்கள்! ஒரு கணக்கு சொல்கிறேன். ஒரு வினாடியின் ஆயிரத்தில் ஒரு பகுதி நேரத்தில் நமது அறிவு செயலாற்றும். ஆனால் நமது உணர்ச்சியோ ஒரு வினாடியில் 12000த்தின் ஒரு பகுதியிலேயே செயலாற்றிவிடும்! உணர்ச்சி அமிக்டாலாக்களின் வேகம் அப்படி! மனிதர்கள் யாரும் அறிவுவசப்படுவதில்லை, ஆனால் உணர்ச்சிவசப்படுகிறார்கள். காரணம் இந்த எக்ஸ்ப்ரஸ் ரூட்டின் வேகம்தான்.

புத்தர் மட்டுமல்ல. எல்லாக் காலத்திலும் தோன்றிய எல்லா மகான்களுமே இப்படித்தான் நடந்துகொண்டுள்ளார்கள். சிலுவையில் தன்னை அறைந்த மக்களுக்காக இயேசு பிரார்த்தனை செய்தார். "பிதாவே, இவர்களை மன்னியும். தாங்கள் என்ன

செய்கிறோம் என்று இவர்கள் அறியவில்லை”. முஹம்மது நபிக்குக் கோபம் வரும். கண்கள் முகமெல்லாம் சிவந்து போகும். ஆனால் அவர் வாயிலிருந்து வரும் எந்த வார்த்தையும் யாரையும் காயப்படுத்தாது.

அவருடைய சிற்றப்பா ஹம்ஸா என்பவரை ஒரு போரில் வஹ்ஷி என்பவர் ஈட்டி எறிந்து கொன்றார். பின்னாளில் அந்த வஹ்ஷி முஸ்லிமான பிறகு தன் சிற்றப்பாவை அவர் கொன்ற விதத்தை அவரிடமிருந்து கேட்டுத்தெரிந்துகொண்ட முஹம்மது நபி, தயவு செய்து நான் வாழும் காலம் வரை என் கண் முன்னால் நீங்கள் வரவேண்டாம் என்று அவரிடம் வேண்டுகோள் வைத்தார். தன் சிற்றப்பாவைக் கொன்ற கொலைகாரர்மீது அவர் காட்டிய கோபம் அதுதான்!

முஹம்மது நபியின் மருமகனான அலீ ஒரு போரில் ஈடுபட்டிருந்தார். எதிரியின் மீது ஏறி அமர்ந்து அவரைக் கொல்ல இருந்தார். அந்த நேரத்தில் அந்த எதிரி அலீயின் முகத்தில் காரி உமிழ்ந்தார். அவ்வளவுதான் வீரர் அலீ என்ன செய்தார் தெரியுமா? அவரைக் கொல்லாமல் அவர் மேலிருந்து கீழே இறங்கிக் கொண்டார்! ஏன் அப்படிச் செய்தீர்கள் என்று கேட்டதற்கு அலீ கொடுத்த விளக்கம் அற்புதமானது.

“நாம் இருவரும் ஒரு கொள்கைக்காகப் போரிட்டுக் கொண்டிருக்கிறோம். நீ என் முகத்தில் காரி உமிழ்ந்ததால் எனக்கு உன்மீது பயங்கர கோபம் வந்துவிட்டது. இப்போது நான் உன்னைக் கொன்றால், அது என் தனிப்பட்ட கோபத்தின் விளைவாக நான் செய்த கொலையாக இருக்குமே தவிர கொள்கைப் போராக இருக்காது” என்று சொல்லி அவரை விட்டுவிட்டார்!

மகான்கள் உணர்ச்சியற்ற ஜடங்கள் அல்ல. அவர்களிடமும் நம்மிடம் இருப்பதைப் போலவே, ஏன் இன்னும் அதிகமாகவே, உணர்ச்சி இருந்தது. அவர்கள் அவ்வுணர்ச்சிகளை அவ்வப்போது காட்டத்தான் செய்தார்கள். ஆனால் எந்த நேரத்திலுமே அவர்கள் உணர்ச்சிவசப்படவில்லை. இதுதான் நாம் இங்கே கவனிக்க வேண்டிய விஷயம்.

உணர்ச்சியைக் காட்டுவது வேறு, உணர்ச்சிக்கு அடிமையாகி உணர்ச்சிவசப்படுவது வேறு. அவசியம் கருதி உணர்ச்சியைக் காட்டலாம். ஆனால் உணர்ச்சிவசப்படக் கூடாது. காரணம், உணர்ச்சியைக் காட்டும்போது அது நமது கட்டுப்பாட்டுக்குள் இருக்கிறது. ஆனால் உணர்ச்சிவசப்படும்போது நாம் உணர்ச்சியின் கட்டுப்பாட்டில் இருக்கிறோம். உணர்ச்சிவசப்படாமல் உணர்ச்சியைக் காட்டுவதுதான் இமோஷனல் இண்டலிஜென்ஸ். அதாவது உணர்ச்சியோடு அறிவைக் கலப்பது.

ஒரு உணர்ச்சியை இல்லாமலாக்குவது அறிவார்ந்த செயலல்ல. காமம், கோபம், அச்சம் இப்படி எல்லா இயற்கையான உணர்ச்சிகளுக்கும் உரிய இடத்தைக் கொடுக்கவேண்டும். அதே சமயம் அவைகள் மடத்தைப் பிடுங்காமல் பார்த்துக்கொள்ள வேண்டும்.

கோபம் இருக்கலாம். அது தார்மீக அடிப்படையில் அமைய வேண்டும். காந்தி அப்படித்தான் தன் கோபத்தைக் காட்டினார்.

வெள்ளையனே வெளியேறு என்று கோஷம் போட்டார். ஆனால் காவல்துறையினர் அடித்தால் வாங்கிக்கொண்டார். திருப்பி அடிக்கவில்லை. வன்முறைக்குப் பதில் அஹிம்சை என்று அவர் முடிவு செய்திருந்தார். அந்தப் பரிசோதனையில் அவர் முழுவெற்றி பெற்றார். அவர் சொல்லுக்கு இந்தியத் துணைக்கண்டம் முழுவதுமே அடிபணிந்தது. இன்று அப்படி ஒரு உண்மையான அகில இந்தியத் தலைவரை நம்மால் ஏன் காட்ட முடியவில்லை? காரணம் அவர் ஊருக்கு மட்டும் உபதேசிக்கவில்லை. சொன்னதை முதலில் அவர் செய்தார். உணர்ச்சிகளைக் கட்டுப்படுத்தும் விஷயத்தில் அவர் வாழ்நாள் முழுவதும் பரிசோதனைகள் செய்துகொண்டே இருந்தார்.

கோபத்தைப்போலவே அச்சம் என்ற உணர்ச்சிக்கும் உரிய இடம்கொடுக்க வேண்டும். அச்சத்துக்கா என்று அஞ்ச வேண்டாம். நம்மைப் படைத்துப் பரிபாலித்துக் காக்கும் கடவுளுக்குப் பயந்தால் போதுமானது. பயத்தை வைக்க மிக உயர்ந்த, சரியான இடம் அதுதான். இறைவனுக்கு உண்மை யிலேயே மனிதன் அஞ்சினால், இந்த உலகில் அநியாயங்கள் நடக்க வாய்ப்பில்லை. வன்முறையும், வஞ்சமும் இவ்வுலகில் தலைவிரித்தாடுவதன் காரணம் மனிதர்களுக்கு உண்மையான இறையச்சம் இல்லாமல் போனதுதான்.

காதலும் காமமும் வருகிறதா? அதற்கும் வடிகால் உண்டு. மும்பைக்குச் சென்று க்ராண்ட் ரோட்டுக்குப் போவதல்ல அதற்கு வழி. சட்டப்பூர்வமாக அதற்கு முறையான வடிகால் அமைத்துக் கொடுக்கவேண்டும். வேறு வார்த்தைகளில் சொன்னால், காதலையும், காமத்தையும் மனைவியிடம்தான் காண்பிக்க வேண்டும்.

உணர்ச்சியை நமது கட்டுப்பாட்டுக்குள் கொண்டுவருவது சுலபமான காரியமா என்றால் நிச்சயமாக இல்லை. ஒரு மனைவி இரவில் கொஞ்சம் தாமதமாக வீடு திரும்பினாள். தனது படுக்கையறைக்குள் வந்தபோது போர்வைக்குள்ளிருந்து நான்கு கால்கள் தெரிந்தன. உடனே கோபமாக உள்ளே சென்று கிரிக்கட் மட்டையை எடுத்து வந்து கை வலிக்கும்வரை போடுபோடென்று போட்டுவிட்டுச் சமையல்கட்டுக்குச் சென்று ஃப்ரிஜ்ஜைத் திறந்து தண்ணீர் குடித்துவிட்டுத் திரும்பினாள். அவள் கணவன் நின்று கொண்டிருந்தான்!

"என்ன டியர், இன்னிக்கும் லேட்டா? உங்க அப்பா அம்மா வந்திருந்தாங்க. நான்தான் நம்ம பெட்ரூம்லயே படுத்துக்கச் சொன்னேன். நீ அவங்களுக்கு ஹலோ சொன்னியா?" என்றான்!

நமது நிலையும் அந்த மனைவியைப் போன்றதுதான். என்றாலும் உணர்ச்சியோடு அறிவைக் கலக்க நாம் பழகிக்கொள்ளவேண்டும். அப்போதுதான் நமது கனவுகள் நம்மை நோக்கி நகர்ந்து வரும்.

இதுவரை நான் எனக்குத் தெரிந்த பல உண்மைகளை உங்களுக்கு எடுத்துச் சொன்னேன். பாரதியின் அற்புதமான வார்த்தைகளில் சொன்னால்

மனதில் உறுதி வேண்டும்
வாக்கினிலே இனிமை வேண்டும்
நினைவு நல்லது வேண்டும்
நெருங்கின பொருள் கைப்பட வேண்டும்

மந்திரச்சாவியை உங்களிடம் ஒப்படைத்துவிட்டேன். தங்கச் சுரங்கத்தின் சாவி அது. அதுவும் தங்கத்தால் ஆனதென்பதால் சாவி மட்டும் போதும் என்று தூக்கிக்கொண்டு ஓடிவிட மாட்டீர்கள் என்று நம்புகிறேன்.

அன்புடன்
நாகூர் ரூமி

▼

குறிப்புகளுக்காக